जठे नही येकी

(अहिराणी- मराठी बालकथा)

डॉ. सुधीर राजाराम देवरे

मन्ही मायभाशाले...

अहिराणीले...

अनुक्रमणिका

प्रस्तावना.   ix

प्रास्ताविक   xi

ऋणनिर्देश, पावती   xiii

भाग एक : अहिराणी बालकथा

1. पोपट महाराज   3

2. जठे नही येकी   7

3. घरमा यी त्ये आपलं   9

4. कटिंग करी वनू का मंग   11

5. दहा चपात्या   13

6. व्यंगवर बोट ठिऊ नही   17

7. येक डोळानी गोट   20

8. येक दुसराले हासंस   22

9. वरतीन येडपड   23

10. आयकाले येळ नही   25

भाग दोन : मराठी भाषांतर

11. पोपट महाराज   29

12. जिथे नाही एकता   33

13. घरात येईल ते आपलं   35

14. कटिंग करून आल्यावर   37

15. दहा पोळ्या   39

16. व्यंगावर बोट ठेऊ नये   43

17. एका डोळ्याची गोष्ट   46

18. एक हसे दुसऱ्याला   48

19. वरून वेडपट   49

अनुक्रमणिका

20. ऐकायला वेळ नाही   51

डॉ. सुधीर राजाराम देवरे यांचा अल्प परिचय   53

जठे नही येकी

(अहिराणी- मराठी बालकथा)

डॉ. सुधीर राजाराम देवरे

आणि

जिथे नाही एकता

मराठी भाषांतर

लेखक / मराठी भाषांतर : डॉ. सुधीर राजाराम देवरे

प्रस्तावना.

लेखकना दोन शब्द

इसापनितीन्या गोश्टी वाचीसन आनि आपला आजूबाजूले खरसन्या घडेल गोश्टीसवरतीन ल्हानपने लिहेल ल्हानपनन्या गोश्टी म्हंजे हाऊ बालकथासंग्रह.

'जठे नही येकी' ('जिथे नाही एकता') ह्या अहिराणी बालकथा संग्रहमा दहा गोश्टी दियेल शेतीस. ल्हानपनपशीच लोककथासना नाद लागेल व्हता. आनि कळा लागं तशे साळबाहेरला आनुभव, बाकीना पुस्तक वाचाना नाद. इसापनीतीन्या गोश्टी, बिरबलन्या गोश्टी, हातीमताई, आलीबाबा आशा परकारना गोश्टीसना पुस्तकं वाचीसन मन्हीबी येक येगळी आशी वाट तयार व्हयी ऱ्हायनी व्हती. त्यानं मोऱ्हे शिवलिलामृत, नवनाथनी पोथी, रामरक्षा, व्यंकटेश स्तोत्र, हरिपाठ आशा काही पोथ्याबी ल्हानपने वाचू.

मोऱ्हे दहावीनी परीक्षा देवानं आगोदरच माले भयान वंगटा आनुभव वनात. धक्काबुक्का खात जगाले लागनू. वयना मोठा व्हवानं आगोदर पुरखा व्हयी गवू. त्यावातून गंजनच शिकाले मिळनं. त्या जगानी उब मझारतीनच मी लिव्हाले लागनू. अहिराणीमा आनि मराठीमा आशा दोन्ही भाशासमा मी कथा, कविता लिव्हाले लागनू व्हतू. मराठी मझारल्या कथा, कविता कुठे कुठे छापी येवाले लागन्या व्हत्यात. पन अहिरानी मझारल्या कथा, कविता, 'ढोल' निंघा लागं तवपावत तश्याच पडी ऱ्हायन्या व्हत्यात.

ल्हानपनपशी अहिरानी मझार गंजच गोश्टी ल्हिसन मन्ह्या वह्यासमा पडेल शेतीस. बहुतेक कथासमझार मन्हा ल्हानपननीच सावली पडेल शे. तरीबी त्या सगळ्याच गोश्टी उलसा पोऱ्याससोऱ्यासकर्ता नहीत. आठे ज्या दहा गोश्टी निवाडी घिद्‌यात ना, त्या गोश्टी निवाडानं येळे वय वरीस पाच ते पंधरा आशा वयना पोऱ्या डोळा मोऱ्हे ठीसन, निवड करेल शे. याना आर्थ मोठा मानसंसनी वाचू नहीत आशे नही. मोठा मानसंसनी त्ये ह्या गोश्टी हाटकून वाचाले पायजेत.

काही कथा त्ये लोककथाच वाटतीन इतल्या त्या लोककथाना वळनखाल लिहेल शेत. तरीबी त्या लोककथा मात्र नहीत. मी लिहेल मन्ह्या सोतान्या आशा ह्या गोश्टी शेतीस. त्यास्ना मराठी भाशांतर करानं येळेबी हाटकून सोता शब्द निवाडीनुवाडी भाशा सोपी कयी.

- **डॉ. सुधीर राजाराम देवरे**

सायास, १८७, टेलिफोन कॉलनी,

बसस्थानकामागे, सटाणा – 423301

जि. नाशिक (महाराष्ट्र)

प्रास्ताविक

लेखकाचे दोन शब्द

इसापनितीच्या गोष्टी वाचून आणि आपल्या परिवेषातल्या स्वानुभवातून बालपणी लिहिलेल्या बालपणातल्या गोष्टी म्हणजे हा बालकथासंग्रह.

'जिथे नाही एकता' ह्या अहिराणी बालकथा संग्रहात एकूण दहा गोष्टी दिलेल्या आहेत. लहानपणापासून लोककथा ऐकण्याचा आणि सांगण्याचा नाद होता. आणि कळायला लागलं तसं अवांतर वाचनाचा नाद. इसापनीती, बिरबलच्या गोष्टी, हातीमताई, अलीबाबा आदी अनेक प्रकारच्या गोष्टींची पुस्तकं वाचून माझी एक विचारसरणी तयार होत होती. त्या नंतर शिवलिलामृत, नवनाथची पोथी, रामरक्षा, व्यंकटेश स्तोत्र, हरिपाठ अशा काही पोथ्याही मी वाचू लागलो.

पुढे दहावीची परीक्षा देण्याच्या आधी मला खूप वाईट अनुभव आलेत. धक्केबुक्के- ठेचा खात जगायला लागलो. वयात येण्याआधीच मी अकाली प्रौढ झालो होतो. अशा अनुभवांतून खूप काही शिकायला मिळालं. या जगण्याच्या उर्जेतूनच- उर्मीतूनच लिहायला लागलो. अहिराणी भाषेत आणि मराठीतही अशा दोन्ही भाषांमध्ये मी कथा, कविता लिहायला लागलो होतो. तेव्हाच मराठीतल्या कथा, कविता कुठे कुठे प्रसिद्ध व्हायला लागल्या होत्या. पण अहिराणीतल्या कथा, कविता, अहिराणी 'ढोल' नियतकालिक प्रसिध्द होईपर्यंत तशाच पडून होत्या.

अहिराणीत खूप गोष्टी लिहून माझ्या वह्यांमध्ये अजूनही तशाच पडलेल्या आहेत. बहुतेक कथांमध्ये माझ्या लहानपणची सावली पडलेली दिसेल. प्रतिबिंब पडलेलं दिसेल. तरीही या सगळ्याच गोष्टी लहान मुलांसाठी नाहीत. इथं ज्या दहा गोष्टी निवडून घेतल्या, त्या त्या गोष्टी निवडण्यावेळी वय वर्ष तीन ते पंधरा अशा वयाची मुलं डोळ्यासमोर ठेऊन, कथांची निवड केलेली आहे. याचा अर्थ मोठ्या माणसांनी या गोष्टी वाचूच नयेत, असं नाही. मोठ्या माणसांनी तर या गोष्टी आणखी मुद्दाम वाचायला हव्यात, असं मला वाटतं.

काही कथा तर लोककथाच वाटतील इतक्या त्या लोककथांच्या वळणाने लिहून झाल्या आहेत. तरीही त्या लोककथा मात्र नाहीत. मी लिहिलेल्या माझ्या स्वतःच्या स्वतंत्र कथा आहेत. त्यांचा मराठी भाषांतर करण्याच्या वेळीही मुद्दाम स्वतः शब्द निवडून भाषा सोपी करण्याचा प्रयत्न केला आहे.

- डॉ. सुधीर राजाराम देवरे

सायास, १८७, टेलिफोन कॉलनी,

बसस्थानकामागे, सटाणा – 423301

जि. नाशिक (महाराष्ट्र), भ्रमणध्वनी: 7588618857

౬౩

ऋणनिर्देश, पावती

'जठे नही येकी' ('जिथे नाही एकता') हा अहिराणी भाषेतला (आणि मराठी अनुवादीत) कथासंग्रह म्हणजे लहानपणी इसापनितीच्या गोष्टी वाचून आणि माझ्या परिवेषातल्या स्वानुभवातून मी बालपणी लिहिलेल्या बालपणातल्या गोष्टी म्हणजे हा बालकथासंग्रह. ह्या बालकथा संग्रहात निवडक अशा एकूण दहा गोष्टी मूळ अहिराणी भाषेत आणि मराठीतूनही स्वत: अनुवादीत करून दिल्या आहेत. बालपणात हातात आलेल्या त्या त्या पुस्तकांचे आणि अनेक अनुभव-अनुभूतींचे ऋणही यानिमित्ताने मानायला हवेत.

वय वर्ष पाच ते पंधरा अशा वयाची मुलं डोळ्यासमोर ठेऊन, कथांची निवड केलेली आहे. परंतु या कथा मोठ्या माणसांनीसुध्दा मुद्दाम वाचायला हव्यात.

.

मुखपृष्ठ संकल्पना : स्वत: लेखक (सुधीर देवरे)
मुखपृष्ठ चित्रण : किरण मोरे
पुस्तक सजावट : दर्शना कोलगे
प्रकाशक : नोशन प्रेस, चेन्नई
या सर्वांचे आभार.

.

(C) डॉ. सुधीर राजाराम देवरे
१८७, टेलिफोन कॉलनी, पाठक मैदानाच्या पूर्वेला,
सटाणा - 423 301 जि. नाशिक, महाराष्ट्र.
भ्रमणध्वनी: 7588618857, Email : drsudhirdeore29@gmail.com

.

दिनांक : 27 जून 2022

भाग एक : अहिराणी बालकथा

1

पोपट महाराज

येक जंगलमा येक साधू राहे. तो याळभर जप तप करे. तप करता करता त्याले काही सुचनं का तो मनचावळना माळेक मोठाइन म्हने. रामपहारे आनि संध्याकाळे तो मंत्र म्हने. साधू जंगलमा ज्या झाडखाल बशे, त्याच झाडवर येक पोपट राहे. साधूना जप तप मंत्र तो आयके आनि साधूनी नक्कल करे.

पोपट आपली नक्कल करस, हायी साधूना ध्यानमा यी लागं व्हतं. पन नक्कल म्हनीसन का व्हयेना पोपट मंत्र म्हनस, ध्यान करस. येक रानपाखरू मानोसनंगत वागस. म्हनीसन साधूले मनातीन आखो आनंदच जया.

येकदाव पोपट उडत उडत दूर गया. तठे त्याले दाळींबना बाग दिसना. पोपटनी तठे पोटभर दाळींब खादात. आनि पोट भरनं तशे त्याले साधूनी याद वनी. तो लगेच जोरजोरात म्हना लागा,

प्रणम्य शिरसा देवंम

गौरी पुत्र विनायकम...

दाळीमना बाग मजारला सगळा पोपटस्ले, कोकीळस्ले, चिमन्यास्ले, हाड्यास्ले खूप नवल वाटनं. सगळा पाखरू त्या पोपटजवळ गोळा जयात. मंत्र म्हनाकर्ता पोपटले राजी करा लागात. मंग पोपटनीबी म्हनता यी तशे वडनं पान पिपळले आनि पिपळनं पान वडले लायी मंत्र म्हनात. ज्या शब्द त्याले म्हनता इयेत ना तठे दुसराच काहीतरी शब्द घालीसन त्यानी येळ मारी दिधी.

सगळा पाखरंस्नी पोपटनं भयान कवतुक कयं. येक पाखरुनी इचारं, 'हायी सगळं तू कुठे शिकनास?'

पोपट छाती फुगाडी म्हनना, 'मी बारा वरीसनं तप कयं. मंग देव माले परसन्न जया. त्यानी माले सगळं शिकाडं.'

पोपटना रूपमा मोठा साधूनं दर्सन जयं म्हनीसन सगळा पाखरं खुश व्हयी गयात. तवढामा पोपट म्हने, 'आता देवले भेटानी मन्ही येळ व्हयी गयी. येस मंग मी.'

रोज बागमा येत जाय, पाखरूस्नी पोपटन्या आशा रावण्या कयात. पोपटनी बागमा रोज येवानं मान्य कयं.

दुशी रोजे पोपट बागमा गया कनी, तधळ सगळा पाखरू त्यानीच वाट पाही राह्यना व्हतात. पोपटकर्ता त्यास्नी चांगला पेरू आनि डाळींब तयार ठियेल व्हतात. पोपट फाटीवर यी बठताच, 'पोपट महाराज की जय' आशी आरोळी पाखरूस्नी ठोकी. लगेच पोपट महाराजनी परवचन सुरू कयं, "आपू भुक्या ऱ्हातंस तधळच आपुले दुसरानी भूक कशी ऱ्हास त्ये कळस. नहीथे नही. आपलाकडे दुसरास्ले देवाकर्ता काहीच ऱ्हात नही. आपू फगत दुसरास्पशी घेवा. पन काय घेवा? त्ये ग्यान घेवा..."

"...कोनी आपली वाटवर काटा टाकात त्ये आपू त्याना वाटवर फुलं टाकवा. आपू कोनी निंदा करू नही. आनि अपली कोनी निंदा कयी तरी आपून त्यानी निंदा करू नही. आपू चांगलं वागवा." परवचन करता करता पोपट फळभी खाये. परवचन संपनं आनि आखो सगळास्नी त्याना जयजयकार कया. पोपट पाखरूस्मा संत म्हनीसन उडा लागा. तो रोज डाळींबना बागमा जाये. परवचन करे.

पन येकदाव काय जय? बागमजारला येक पोपटले ह्या पोपटना पहिलापशी वहीम व्हता. त्यानी पोपट महाराजवर पाळत ठी. येक याळे पोपट महाराजनं परवचन जयं आनि पोपट महाराज आपला जंगलमा जावाले उडना. त्यानं मांगेच त्यानी हवा काढत हाऊ दुसरा पोपट उडत उडत गया. पोपट महाराज आपला झाडवर उतरना. त्याना मांगला झाडवर हाऊ पोपट दपी बसना.

झाडखाल साधू मानूस मंत्र म्हना लागा. त्याना मांगे झाडवरला पोपट महाराज म्हना लागा. हायी हवा काढत इयेल पोपटनी मांगला झाडवरथीन पाह्य. हायी आयकता आयकता दखता दखताच दोन्ही पोपटस्नी नजरानजर व्हयनी. आनि पोपट महाराज गांगरी गया. त्यानी बोबडी वळा लागी. पन लगेच बनेल पोपट महाराजनी तशे भासू दिधं नही. तो त्या पोपटले म्हने, "या पोपटराव या, आथा कशा काय वनात"

"वाट चुकी गवू महाराज. नि त्ये जाऊद्या. हाऊ साधू कोन शे झाडखाल?"

"साधू? साधू नही तो. तो मानूस मन्हा चेला शे. त्याले मी दीकशा दिधी. फगत महिनामा तो कशा मन्हासारखा मंत्र म्हनंस पहाय. तुमन्हा माळेकच हाऊ मानूस माले ह्या रानमा भेटना. मन्ही वानी आयकी आनि हाऊ मानोस माले शरन वना.

मंग मी त्याले मन्हा चेला बनाडं."

पोपट महाराजनी हायी सगळं साधूना तोंडवर सांग तरी साधू काही बोलत नही म्हनीसन जंगलमजारला पोपटले हायी खरं वाटनं.

दुशी रोजे डाळींबना बागमा पोपट महाराजनी जे किरतन कयं, त्याना इशय व्हता : पोपट महाराजनी दिकशा दियेल नीच मानोस कशा सुधरी गया!

पोपट महाराज फगत आपला पाखरूस्नाच संत नहीत त्ये मानससनी सुद्धा त्यास्ले गुरू करेल शे, हायी पोपट महाराजना तोंडीवरी आयकीसन सगळा पाखरू नवल करा लागात. पोपट महाराजनं मोठंपन त्यास्ना चेला मानोसना तोंडवरी आयकूत आशे पाखरूस्नी ठरायं. पोपट महाराजनी हायी गोटले मोडता घाली पाह्या. पन आता गोट भयान मोऱ्हे निंघी गयथी. पोपट महाराजले आता मांगे वळनंभी जमेना. आनि पाखरूस्नी पोपट महाराजनं गप्प बसनं म्हंजे परवानगी समजीसन सगळा पाखरू त्या झाडकडे उडत गयात.

सगळा पाखरू साधूना मोऱ्हे बसनात. पोपट महाराज घाबरीसन पाखरूस्माच बसना. पन बाकीना पाखरूस्नी त्याले बळजबरी साधूजवळ बसाडं, आता काय व्हयी, आशे म्हनीसन पोपट महाराज घाबरी गयथा. पन पळीबी जाता इये ना आता. जे व्हयी ते, आशे म्हनीसन तो गुपचूप बशी ऱ्हायना.

आवढामा साधूनी डोळा उघाडात. पाखरंस्ले मोऱ्हे बशेल पाहिसन साधू बोलना, "अरे व्वा. पाखरंस्मा इतली शिस्त. तुम्ही मन्हासमोर बसनात म्हनीसन माले खूप आनंद व्हयना. काय सेवा करू तुम्हनी?"

येक पाखरू बोलना, "पोपट महाराजना तुम्ही चेला. पोपट महाराजनी दिकशा घीसन तुम्ही ग्यानी व्हयी गयात. तुम्ही खरंच मोठा मानोस शेतंस. पोपट महाराजनं साधूपन तुमना ध्यानमा कशे वन? त्ये तुम्ही सांगा. तशेच पोपट महाराजनं अजून काही सत्व, देवपन तुम्ही आमले सांगा. त्याकर्ताच आम्ही आठे जमनूत."

साधू थोडा येळ गप व्हयी गया. डोळा लायात. उघाडात. हासना आणि मंग बोलना, "पाखरूस्व तुमना आदरभावमुळे माले आनंद जया. पन आजपावत मी खोटं बोलनू नही. आनि याना मोण्हेबी बोलनार नही. पहिली गोट म्हंजे, मन्हा कोनी गुरू नही. तुम्ही ज्याले पोपट महाराज म्हनतंस तो मन्हा गुरू त्ये नहीच पन चेलाबी नही. त्यानी मन्ही नक्कल कयी. पन ती नक्कल चांगली व्हयी म्हनीसन मी त्याले काही बोलनू नही. त्याले आडाये नही. पन म्हनीसन त्यानी उलटा बोभाटा करवा हायी गोट वाईट शे."

पाखरूस्मा गलका व्हवा लागा. पोपटले वाटनं हाऊ गलका आपला इरूद्ध व्हयी. पन सगळा पाखरूस्नी साधूले पोपट महाराजना इरूद्ध गया म्हनीसन टोची टोची मारी टाकं. आनि नक्कल करनारा पोपट आखो मोठा साधू व्हयी गया.

धडा : पोपटानागत चुटूचुटू बोलनारा मानोस गावमा मोठा व्हयी जास आनि खरा ग्यानीले कोनीच इचारत नही.

2

जठे नही येकी

लांडगा जंगलमा येकला फिरी ऱ्हायंता. तवशी त्याले येक कोल्हास्नं गाव दिसनं. गाव पाहिसन तो घाबरी गयथा. जंगलमा पळाना इचारमाच तो व्हता. तवढामा त्याले कसाना तरी आवाज वना. तो येक झाडनं आडे दपी गया. आनि नीट कानोसा घीसन आयकाले लागना. तो कज्याना आवाज व्हता. त्या गावमझारला दोन कोल्हा येरमेरसांगे जोरात कज्या करी ऱ्हायना व्हतात.

लांडगानी नीट चाहूल घिदी, आनि त्याले भयान आनंद जया. लांडगा कपटखाल बागेचकशी गावमा शिरना. जठे कज्या व्हयी ऱ्हायनी व्हती तठे गया. दोन्ही कोल्हास्मा पडीसन त्यानी त्यास्नी कज्या थांबाडी. दोन्हीस्ले येकमेकपशी लांबाडं. दोन्हीस्ले त्यास्ना त्यास्ना घरमा घीसन त्यास्ले समजाडं. दोन्ही कोल्हासले लांडगा आपलाच सोबती वाटा लागा. त्यास्नापैकी येकनी त्याले दुशी रोजे जेवालेबी घर बलायं.

मंग लांडगानी कपटखालच त्याच गावमा आपलं बस्तान बसाडं. सगळाससांगे चावळीबोली आपलं सवतान घर कयं. ज्या त्या कोल्हाना तो सोबती व्हयी गया. पन दोन कोल्हास्ले त्यानी येरमेरसांगे मित्र व्हऊ दिधं नही. येक कोल्हाले तो दुसरा कोल्हानं वाईट- साईट सांगे. सगळा कोल्हास्मा त्यानी जहर पैरी दिधं.

त्यास्ना तोंडवर गोड गोड बोलीसन कोल्हा फशी गयात. सगळा कोल्हा लांडगाले मान देवाले लागात. आनि येकमेकना आंगवर दुशमननागत तुटी पडा लागात. लांडगा सगळा कोल्हास्मा मनमिळावू म्हनीसन वाजीगाजी ऱ्हावा लागा. त्याले कोल्हास्मा मान मिळा लागा. पन येरमेरसांगे कोल्हास्मझारली दरी वाढी ऱ्हायनी व्हती.

गावनं पुढारीपन बागे- बागे लांडगाकडे वनं. गावमातल्या सगळ्या घडामोडी लांडगाबिगर व्हयेत ना. कोल्हास्न पान लांगडावाचू हाले ना.

आता तो कोल्हास्वर मनमानी तशे राज्य करा लागा. येकले आनुभव वना, दुसराले वना, तिसराले वना... कोल्हास्ले आता त्यास्नी चूक कळीसनबी काहीच करता इये ना. येळ कैन्हनी निंघी गयी व्हती. सगळं गाव कोल्हास्नं आनि पुढारी मात्र लांडगा व्हयी बसना व्हता.

हायी गोट काय सांगस? कोन्हताबी उपरा मानोसना सल्ला घिऊ नही. आनि आपला सोबती सोडू नही.

3

घरमा यी त्ये आपलं

येक शेतकरी जोडपं व्हतं. त्यास्नी वावरमा गहू पैरा. खूप मस्त पीक व्हतं. येकसारखं आनि निळंगार.

पीक पाहिसन बायको नवराले म्हने, "किती मस्त पीक शे. पिवळंधम्मक. खंडीभर गहू त्ये नक्कीच व्हयी आपुले."

नवरा म्हने, "जे आज दिसस, त्ये सकाळ दिसयीच आशे नही. आगोदरच आशा मनमा मांडा खानं बरं नही. हिशोब करु नही. वावरमजारलं पीक जधळ घरमा यी तधळच आपलं म्हनवा."

पीक तरारी वनं. हिरव्यागार उंब्या वन्यात. त्ये पाहिसन बायको नवराले म्हने, "आता तरी मन्ह म्हननं पटनं का? खंडीभर गहू नक्कीच व्हयी आपुले."

नवरा म्हने, "आपु फगत काम करत ऱ्हावा. जे पिकई त्ये यी. हिशोब करू नही."

गहू तांबूस जया. पक्का जया. कापनीले वना. तधळ बायको म्हने, "आता त्ये तुम्ही नक्कीच कबूल व्हश्यात. हाऊ गहू आपू पिकाडा तो खंडीभर नक्कीच व्हयी."

नवरा म्हने, "तो कितला व्हयी हायी त्ये खूप दूरनी गोट शे. पन जवपावत हायी धान्य आपला घरमा जायी पडत नही, तवपावत त्ये आपलं म्हनता येनार नही."

गहूनी कापनी जयी. पेंढ्या बांध्यात. बैलगाडीवर त्या पेंढ्या गावमझारला खळामा वाही आन्यात. गहूवर पाथ धरी बायको म्हने,

"आता त्ये हाऊ गहू आपलाच."

नवरा म्हने, "उतावळा आंबा पिकाडू नको, अजून त्ये गहू उपनना शे."

गहू उपनायी गया. खळामा गहूनी रास लागनी. आता पोतास्मा भरीसन तो घर घी जावानाच उशीर व्हता. तवढामा बायको म्हने,

"आता तरी ह्या गहूले आपलं म्हनश्यात का नही आजून. आता सगळं व्हयी गयं. फगत गाडामा भरीसन घर घी जावानं ऱ्हायनं. मंग आता हाऊ गहू आपला नही त्ये मंग काय लोकस्ना शे का?"

नवरा बागेच म्हनना, "आपला घरमा जवपावत जाई पडत नही तवपावत आपलं आपलं आशे करू नही. उतावळा आंबा पिकाडू नही."

तवढामाच आशा जोरमा वावधन सुटनं कनी. आनि कथाइन इतला ढग वनात. ढगस्ना गडगडाट व्हवाले लागा आनि लगेच शिळनदार पानीबी चालू जया. नवरा बायकोले काय करवा, हायी सुचानं आगोदरच सगळा गहू वाही गया.

नवरा बायकोले म्हने, "पाह्य का? सपन कधी पाहू नही. घरमा यी त्यालेच आपलं म्हनवा!"

4

कटिंग करी वनू का मंग

छबूनी खंडूकडथाइन येक हजार रुपया उसना घिदा व्हतात. पन कबूल करेल याळ उलटी गया तरीबी छबूनी खंडूना पैसा वापस कया नहीथ. खंडू छबूना घर गंजसदा जाईसनबी छबू आज दिसू, सकाळ दिसू आशे करे. मोऱ्हे मोऱ्हे त्ये छबू खंडूले चुकांड्या माराले लागना. खंडू दिसना का छबू दपी जाये. छबूनी बायको खंडूले सांगे, 'त्या कनी गावले गयात.' खंडूले काय करवा त्ये कळेना. तो बी मंग छबूना मागवर राह्यना.

येक याळे छबू कटिंग करा करता न्हाईना दुकानमा जाई ऱ्हायंता, तवश्यात खंडूनी त्याले वाटमा पटकन गाठं. आडवाच व्हयी गया. म्हने, 'मन्हा पैसा आता ना आते टेक.'

छबू म्हने, 'आता त्ये मन्हाजवळ नही शेत भो पैसा.'

'मंग मी काय करू? मन्हा पैसा माले पायजेत.'

'मी आता कटिंग कराले चालनू. कटिंग करी वनू का मंग तुन्हा पैसास्ना काहीतरी बंदोबस्त करस.'

'तू माले कायम फसाडी ऱ्हायना. आज मी काय फसनार नही. तधळ पैसा घेवाले बरं वाटनं तुले. आता परत करानी येळ वनी ते जीववर वनं.'

'अरे पन कटिंग ते करी येऊ दिशी कनी माले.'

'त्ये माले कायबी सांगू नको. अगोदर मन्हा पैसा ठेव.'

खंडू आनि छबूनी कज्या पाव्हाले गल्लीमा हायी गर्दी व्हयी गयी. काही लोक मजार पडनात. 'काय जयं?' त्यास्ले इचारा लागात. खंडूनी त्यानी सोतानी बाजू मांडी. लोक म्हनेत, 'बरोबर शे.'

मंग छबूनी त्यानी बाजू मांडी. लोक म्हनेत, 'बरोबर शे.' मंग मोर्हे छबू काय म्हने, 'मी खंडू कडथाइन पैसा घिदात हायी खरं शे. मी येळवर दिधा नहीथ हायीबी मान्य शे. पन मी आता त्याले कवळना सांगी न्हायनू. मी आता कटिंग करी येस, आनि तुन्हा पैसा देस. पन तो आयकतच नही. लोकस्ले हायीबी पटनं. लोक खंडूले म्हनेत, 'काय रे भो, तो म्हनी न्हायना ना कटींग करी वनू का मंग पैसा देस. मंग तू काबर येवढं लायी धरं?'

खंडू म्हने, 'आशे तोंडी नही चालनार भो. माले त्यानी तशे ल्ही देवाले पायजे. आनि साक्षीदार म्हनीसन तुमन्या सह्याबी पायजेत. छबूनी आनि जमेल लोकस्नी हायी मान्य कयं. कोनीतरी कागद आना. छबूनी त्या कागदवर लिह्य : 'मी कटींग करी वनू का लगेच खंडूना पैसा देस.' खाल सही कयी. जमेल मजारला तीन-चार लोकस्नी साक्षीदार म्हनीसन कागदवर सह्या कयात. तो कागद खंडू जोडे दिधा. खंडूनी तो वाचा. कागद खिसामा घालीसन खंडू छबूले म्हने, 'जाय आता लवकर कटिंग करी ये.'

लगेच छबू म्हने, 'तू कोन बाजीराव माले कटिंग कराले सांगनारा. आता माले वाटयी तधळ मी कटिंग करसू. मी जधळ कटिंग करी इसू तधळ मी तुले पैसा दिसू. तशे मी आता तुले ल्ही दिधं ना कागदवर!'

आनि छबू मांगे वापस त्याना घरकडे निंघी गया. खंडू आणि जमेल लोक तोंडमा बोट घालीसन त्यानाकडे दखीच राह्यनात.

5

दहा चपात्या

महादबा आनि तात्याबा नावना दोन सोबती व्हतात. त्यास्ले येरानयेरवाचू आजिबात करमे ना. म्हनून त्या दोन्ही जन कधळमधळ पायेपाये दूर दूर फिराले निंघेत.

येक याळे त्यास्नी आइनयेळवर सहल काढी. महादबानी घर यीसन पटकशी तीन चपात्या येक कुरधानामा बांधी घिद्यात. आनि तो लगेच तात्याबाकडे वना. तात्याबा त्यानीच वाट पाही राह्यना व्हता.

वाटधरी जाता जाता महादबानी तात्याबाले इचारं, 'जेवाले काय घिदं भो?'

तात्याबा म्हने, 'सात चपात्या दिसन्यात डालकीमा. सगळ्या घी वनू. आनि हिरवी मिरचीना ठेचा करी घिदा.'

महादबा म्हने, 'मी त्ये तीनच चपात्या घिद्यात भो. डालकीमा नव्हत्याच जास्त.'

तात्याबा म्हने, 'काय काळजी करू नको. तुन्या आनि मन्या मिळीसन दहा चपात्या दोन्हीसले भरपूर व्हयी जातीन.'

चालता-चालता दोन्ही भयान दूर यी लागा व्हतात. येक डोंगरना आडे उलशी नदी दिसनी. निसर्गनी दुलई भयानच मस्त पसरेल व्हती. हायी जागा दोन्हीसले आवडनी. चाली चाली दोन्ही जन दमी गयथात. त्यास्ले भूकबी लागेल व्हती. त्यास्नी तठे जेवन करानं ठरायं. नदीमा हात-पाय धुयीसन त्या झाडखाल जेवाले भाते सोडं.

तवढामा महादबानं ध्यान दुसरा झाडनंखाल बशेल यक मानूसकडे गयं. आनि महादबा त्याले म्हने, 'या जेवाले.'

तो मानूस म्हने, 'घ्या देवनं नाव.'

तात्याबा म्हने, 'आशे कशे चालई? तुमले दोन घास जेवनं पडई. आम्ही वाटसरू आनि तुम्हीबी वाटसरू. चला आता, नही म्हनू नका.'

आशा गंजच आग्रह जया म्हनीसन तो वाटसरूबी जेवाले वना.

महादबानी त्याले इचारं, 'तुम्हनं नाव काय शे?'

तो म्हने, 'दादोबा.'

लगेच महादबा म्हने, पहाय, आठे जमनात सगळा बा-बा-बा.

तात्याबाले परश्न पडना. 'चपात्या दहा आनि खानारा तीन जन. त्ये आता वाटा पाडना कशा काय?' लगेच दादोबा म्हने, 'कसाले वाटा नि बिटा हो. माले दोन चपात्या द्या आनि चार चार तुम्ही खा.'

तात्याबा म्हने, 'तशे नही. सगळास्ना वाटाले चपात्या सारख्याच येवाले पायजेत.'

मंग महादबाले आयड्या सुचनी. 'सगळ्या चपातीस्ना तीन तीन भाग कराना. म्हंजे दहा चपात्यास्ना तीस भाग व्हतीन आनि तिन्हीस्ना वाटाले दहा दहा भाग इथीन. कशी वाटनी आयड्या?'

दादोबा म्हने, भयानच मस्त. हुशार शेत तुम्ही.

तात्याबा म्हने, 'अहो आमना गावमजारल्या भानगडीस्वर तोड शोधाकर्ता आमना गावना पाटीलसुद्धा महादबानी मदत घेस.'

दहा चपात्यास्ना तीन तीन भाग करीसन परत्येकले दहा दहा भाग दिसन सगळास्न जेवन सुरू जयं.

जेवन जयं तशे दादोबानी खिसामातीन शंभर रुपयानी नोट काढी आनि महादबाले दिधी.

'जेवन कयं म्हनीसन शंभर रुपया?' महादबा पैसा दूर करी म्हनना. 'जेवन कयं म्हनीसन नही हो, पिरेम ना शेतंस. नही म्हनू नका.'

नही नही म्हनता म्हनता तात्याबानी पैसा ठि घिदात. दादोबा निंघी गया वाटधरी. तात्याबा म्हने, 'महादबा शंभर रूपयास्पैकी मी सत्तर रुपया ठी घेस, तू ह्या तीस रूपया घे.'

'महादबा, दादोबानी आपुले या पैसा भेट म्हनीसन दिधात. म्हनीसन माले त्यामातीन निम्मी म्हंजे पन्नास रुपया दे.'

'तात्याबा तू आशे काय येडानंगत बोलू नको. मन्ह्या सात चपात्या व्हत्यात. म्हनीनस मी सत्तर रुपया घेस, तुन्या तीन चपात्या व्हत्यात म्हनीसन तू तीस रुपया घे.'

'त्ये माले काय माहीत नही भो. तू यकते माले पन्नास रुपया दे नहीते शेजारना गावमजारला पाटीलकडे चाल. त्या सांगतीन तशे आपू करू.' तात्याबानी पाटीलकडे जावानी गोट मान्य कयी.

त्या गावमजारला पाटीलनी आगोदर दोन्हीस्न्या बाजू नीट आयकी घिद्यात. मंग दोन्हीसले गप बसाले सांगीसन पाटील म्हने, तुमन्या तीन नि यास्न्या सात आशा चपात्या व्हत्यात दहा. दहा चपात्यास्ना भाग कयात तुम्ही तीन-तीन. सगळा भाग जयात तीस. बरोबर शे ना? आशेच म्हनतंस ना तुम्ही?'

महादबा- तात्याबा यकदम दोन्हीबी म्हननात, 'बरोबर शे.'

पाटील महादबाले म्हने, 'तुमन्या किती चपात्या व्हत्यात?'

महादबा : तीन

पाटील : यास्न्या किती व्हत्यात?

महादबा : सात.

पाटील : तीन चपात्यास्ना तीन परमाने किती तुकडा जयात?'

महादबा : नऊ.

पाटील : सात चपात्यास्ना तीन परमाने किती तुकडा जयात?

महादबा : यकवीस.

पाटील : महादबा आनि दादोबा यास्नी किती भाग खादात?

महादबा : इस.

पाटील : खाल किती उरनात?

महादबा : येक.

पाटील : तुम्ही किती खादात?

महादबा : दहा.

पाटील : तुमन्या तीन चपातीस्ना किती तुकडा जयात?

महादबा : नऊ.

पाटील : तुम्ही किती भाग खादात?

महादबा : दहा.

पाटील : मंग येक भाग तुमले कथाइन मिळना?

महादबा : तात्याबा कडथाइन.

पाटील : दादोबानी दहा भाग खादात म्हनीसन त्यास्नी तात्याबाले शंभर रुपया दिधात. तुम्ही तुमन्या चपातीस्ना नऊ भाग खायीसन आखो वरतीन येक भाग तात्याबास्न्या चपातीतून घिदा, म्हनीसन तुमले दहा रुपया तात्याबाले देना पडतीन.

महादबा लगेच म्हनना, 'बर बर माले तीस रुपया दिधात तरी चालतीन. त्या तीस रूपया दे उकाव.'

तात्याबा म्हने, 'माले आगोदर दहा रुपया दे.'

महादबा घाबरी घुबरी म्हनना : बरं जाऊदे, त्या शंभर रुपयाबी तुलेच राहू दे. आता त्ये जयं तुना मनसारखं?'

पाटील म्हने, 'मन्हासमोर दहा रूपया दिधात तधळच आठोन तुमले बाहेर पडता यी.'

महादबानी गुपचूप दहा रूपया खिसातून काढात आनि तात्याबाले दिधात

यानं मोऱ्हे आपलाकडथाइन आशे व्हनार नही आशी त्यानी पक्की कानले खडी लायी. तधळच आपू तीस रुपया ठी घेतूत त्ये आतानगत आपली फजिती व्हती ना. त्या तीस रुपया त्ये गयातच आनि वरतीन दहा रुपया देना पडनात. आपली हावच आपूले बदनाम करस, आशे म्हनीसन महादबा येक नवा धडा शिकना.

6

व्यंगवर बोट ठिऊ नही

सावंत सर साळमा वनात आनि त्यास्ले काय लहर वनी काय माहीत? त्यास्नी लगेच येक गोट सांगाले सुरुवात कयी...

..."येकदाव काही पोऱ्या तलावमा पोही ऱ्हायना व्हतात. आनि त्यास्ना येक लंगडा सोबती येकटाच तलावना काठले बशीसन त्यास्नी गंमत दखी ऱ्हायना व्हता. तवश्यात वरतीन शंकर-पार्बती चालना व्हतात. त्यास्नी खाल पाहयं. पार्वती शंकरले कशी म्हने, "कावं देवा, त्या बिचारा पोऱ्याले तुम्ही लंगडं करी ठियं. म्हनून तो गुपचूप तलावना काठले बसना त्याले चांगलं करतं नहीत!"

तवशी शंकर पार्वतीले म्हने, "त्याले मी लंगडं करेल शे. तेच बरं शे. तुले पाव्हाना शेत का त्याना गुन? मी त्याले चांगलं करंस. मंग पहाय त्याना गुन."

मंग शंकरनी त्याले चांगलं कयं. लंगडानी पाहयं. आपू चांगला व्हयी गऊत. मंग त्यानी तलावमा उडी घिदी. आनि तो त्याना सगळा सोबतीसले पानीमा बुडावाले लागना. शंकर पार्वतीले म्हने, "पाहयं ना तू? तो लंगडा कशा आगावू शे. म्हनून मी त्याले लंगडं कयं व्हतं." आनि शंकरनी मग त्याले आखो लंगडं कयं. मंग तो बसना गुपचूप."

हायी गोट सावंत सर राजूकडे पाहिसन हाटकून सांगी ऱ्हायना व्हता. काबरं, त्ये त्या वर्गमा राजू पायना आधू व्हता. सावंत सर गोट सांगी ऱ्हायना व्हता तधळ सगळा पोऱ्या राजूकडे पाहेत. राजूनी खाल मान घाली घिदी व्हती. काही पोऱ्या हाशेत त्ये काहीस्ले राजूनागतच वाईट वाटनं. राजू मनातला मनात इचार करी ऱ्हायना व्हता.

आपू त्ये काय सावंत सरनी टिंगल टवाळी कयी नही. काही आगळापना कया नही. आपलं काही चुकनं नही. तरी हाऊ सर आपुले आडवं धरी आशी गोट काबरं

सांगी ऱ्हायना? आपला कडथीन काही चुकतं तरीसुद्धा सावंत सरले आशी गोट सांगीसन आपला आपमान कराले शोभतं ना. मन्हं काही चुकनं व्हतं त्ये सरनी माले छड्या देवाले पायजे व्हत्यात. पन ह्यानी हायी काय सुरू कयं? राजू खूप इचार करी करी दमी गया. त्यानं कसामाच ध्यान लागेना. बरं, तशे पाह्य त्ये सावंत सरसुद्धा अपंग शे. येक डोळाना केरचा शे. तरी सुद्धा आपुले आडवं धरी सरनी आशी गोट सांगवा, यानं राजूले नवल वाटी ऱ्हायनं व्हतं.

शाळा सुटनी तरी राजू नाराजच व्हता, त्यानी रातले नीट जेवनबी कयं नही. रातले झोपानं येळेबी तो इचारच करी ऱ्हायना. आनि त्याले काहीतरी सुचनं. सावंत सरलेबी धडा शिकाडनाच आशे त्यानी पक्क कयं.

दुसरा दिवस सावंत सरना तास वना. सावंत सर वर्गमा वना. तवशी राजू जागावर उभा ऱ्हायना, म्हने,

“सर.”

सावंत सर म्हने, “काय?”

राजू हाटकून म्हनना, “सर, मी त्ये आथा उभा शाऊस. तुम्ही तथा कथा पाही राह्यानात?”

सगळा पोऱ्या मोठमोठाइन हासाले लागनात. तवशी सावंत सर म्हने, बोल ना लवकर. काय म्हननं शे तुन्ह?”

राजू : “हं दिसनू का सर मी तुमले? माले वाटनं तुम्ही तथाच पाही राहिनात!”

वर्गातला पोऱ्या आखो हासा लागात. राजू पुढे बोलना,

“सर, कालदीस तुम्ही जी गोट सांनी ना. ती माले खूप आवडनी. मंग घर जाईसन मी शंकर पार्बतीनं ध्यान कयं. त्या लगेच दोन्हीजन माले भेटाले वनात. शंकर माले म्हने, “तुले काय मांगनं शे ते मांग.”

“मंग मी शंकरले सांगं, मी आगळा शाऊस म्हनून तू माले लंगडं कयं, हायी तुन्ह बरोबर शे. पन आम्हना सावंत सरले तू काबरं केरचं कयं त्ये सांग?” वर्ग मजारला सगळा पोऱ्या खो-खो हासाले लागनात.

तवशी राजू पुढे बोलना, “सर, मंग माले शंकर काय म्हने, आता तू इचारं म्हनून मी तुले सांगीच टाकस. सावंत सरनी कोनाकडे पाव्हानी नजर चांगली नही, म्हनून मी त्याले केरचं कयं. आशे शंकरनी माले सांगं सर आनि शंकर- पार्बती लगेच निंघी गयात.”

राजूनी लगेच खाल बशी घिदं. काही पोऱ्या खिदीखिदी हाशेत त्ये काही सुन्न व्हयी गयात. सावंत सरनीबी जीरी गयथी. कालदीस गोट सांगानं आगोदर आपू नीट इचार करतूत त्ये आशे व्हतं ना, आशे सावंत सरले वाटनं. राजूना व्यंगवर मी

बोट ठिया, पन तधळच म्हनं केरचं न्हावानं व्यंग मी इसरी गयथू. त्ये मी इसराले नही पायजे व्हतं. म्हंजे आज आशे व्हतं नां. आनि राजूलेबी वाईट वाटतं ना. आशा इचार सावंत सरना मनमा येवावाचू न्हायना नही. राजूनी सावंत सरनी गोटना सूड उगाडा व्हता खरा. पन तरीबी सावंत सरले आपू इतलं दुखाडाले नको व्हतं. आशे त्यालेबी वाटावाचू न्हायनं नही.

तशा नीट इचार कया त्ये आपू सगळाच येगयेगळा परकारना अपंग शेतंस- कोनी हातमा, कोनी पायमा, कोनी डोळामा, कोनी कानमा, कोनी वाचामा, कोनी दखावामा, कोनी बुद्धीमा त्ये कोनी परिस्थितीमा. पन आपू सवताले "आक्खं" समजीसन बाकीनास्ले कमी लेखतंस. उन्या-दुन्या उखाळ्या- पाखाळ्या काढतंस. दुसराना व्यंगवर बोट ठी हासतंस. हायी गोट आपला मानोसपनले शोभा देत नही.

7

येक डोळानी गोट

ज्याना येक डोळा आंधळा व्हता, आशा मानोस कडथायीन काही तरी चूक जयी. त्याना शेजारना मानोस कतायना. शेजारना मानोस देवध्यानी व्हता. रोज तो देवपूजा करे. म्हनीसन त्याले वाटे, जशा काही देव आपला सालदारच शे. तो जरी कायम देवनी पूजा करे पन मानोस सांगे काय चांगला वागे ना. देवना भक्त म्हनीसन आपू लोकससांगे चढेलच वागाले पायजे आशा त्याना भरम व्हयी कांजू. बोलालेबी तो भयानच फाटका तोंडना व्हता. शेजारना आंधळा मानोसकडथाइन काहीतरी चुकनं म्हनीसन आक्खी गल्लीले आयकू जायी आशे डाच्च करीसन तो बोलना,

"म्हनतंस त्ये काही खोटं नही म्हना. तू आशा श्यास म्हनीसनच तुले देवनी येक डोळानं आंधळं कयं. चांगला गुनना व्हातास ना त्ये देव तुले आंधळं करता ना. तुनी नियत चांगली नही, हाऊ तुना हालकटपना दखीसनच देवनी तुले आंधळं कयं."

हायी आयकीसन आजुबाजूना पोरंसोरं- मानसं मोठमोठाइन दात काढाले लागनात. बायाबी तोंडले पदर लायी हासाले लागन्यात. मोठा मानसंस्लेबी हाई आयकीसन मनातीन गुदगुल्या जयात. गल्लीमा हाऊ इनोद आता दोन- तीन याळ सहज पुरई. येक डोळाना मानोसना चेहरा पडी गया.

त्याले काय बोलवा आनि काय नही आशे व्हई गयं. गाळ्या देवा का गयावया करीसन रडवा, त्याले समजे ना. तो तश्याच गुपचूप घरमा निंघी गया.

गल्लीमा समजदार राजूबी उभा व्हता. सगळा हसनात तरी तो हसना नव्हता. तो देवपूजा करनारा शेजारले बोलना, "काका, तुम्ही आशे नही बोलाले पायजे व्हतं. आज तुमना डोळा चांगला शेतंस. हातपाय चांगला शेतंस. पन सकाळनं

कोनी पाहयं? त्यास्ना आधूपनवरथीन आशे बोलनं चांगलं नही, काका. ज्यास्ले येकच डोळा शे त्यास्नी काय कोनावर रागच काढना नही का? त्यास्नी कायम आपलामोऱ्हे भिकारीनागत लाचार ऱ्हावा, आशे तुम्हले वाटंस का? त्यास्ना येक डोळामुळे दोन डोळासइतलं त्यास्ले सगळंच चांगलं दिसत नशे. त्या यकच बाजूना इचार करतं व्हतीन त्ये त्यास्ले आपू समजी घेवाले पायजे. वागाडी घेवाले पायजे ना.''

राजू हायी सगळं आशा पध्दतखाल बोलना ना, देवपूजा करनारा मानोसले काय बोलवा त्ये सुचेना. त्याले फगत उपदेश कराले आवडे. उपदेश आयकाले त्याना कान तयार नव्हतात. तो घरात निंघी गया. आनि मंग डोळा कोरडा ऱ्हातीन आशाच कोपरामा रडत बसना.

8

येक दुसराले हासंस

येक गावनी चावडीजोडे येक आंधळा मानोस यी बठना. त्याले डोळास्वरी दखायेना. म्हनीसन तो आजुबाजूनी चाहूलना कानस्वरी कानोसा घियें. तवढामा तठे येक बोबडा वना. त्यानी आंधळान्या त्या कावऱ्या बावऱ्या हालचाली पाह्यात. आनि त्याले हासू वनं.

तवढामा त्या चावडीजोडे येक बहिरा सुद वना. बोबडाना तोंडवरलं हासू दखीसन बहिरानी त्याले इचारं, "काय जयं रे भो?" बोबडाना बोबडकांदा शबुद आनि बहिरा शबदपरत 'काय?' 'काय?' आशे इचारे. त्ये आयकीसन आंधळालेबी हासू वनं.

तवपावत येक पायना आधू मानोस चावडीजवळ वना. आनि कोनातरी धक्का लागी खाल भुईवर धबकशी पडी गया. तो पडना त्ये पाहिसन सगळाजन हासाले लागनात. आंधळाले काय जयं त्ये नीट समजनं नही. म्हनीसन त्यानी बोबडाले सोदं. बोबडानी त्याले सांगं. त्ये आयकीसन आंधळाबी हसाले लागा. तवशी बोबडानी आनि आंधळानी जमेल सोबती दखीसन बाकीना दोन्हीबी हसाले लागनात.

आशी हायी गोट. ह्या गोटमातीन आपुले काय कळनं? आपलं सोतानं काय कमी शे हायी कोनी दखत नही, आपू फक्त कायम दुसराले हाशी ऱ्हातंस.

९

वरतीन येडपड

येक मानोस येक झाडखाल येकटाच बशेल व्हता. तठून थोडा अंतरखाल दुसरा झाडनंखाल काही जवानस्नं टोळकं बशेल व्हतं. त्यास्नामातीन येकनं दुसरा झाडखाल बशेल येकटा मानोसकडे ध्यान गयं. हाऊ जवान त्या मानोसले वळखे. त्या जवानले हाऊ मानोस दूरथीन पाह्येल- आयकेल माहीत व्हता.

तो जवान पोरगा बाकीना जवानस्ले म्हने, "त्या झाडखाल बशेल शेत ना, त्या भयान मोठा लेखक शेतंस बरका. त्यास्ना मसनच पुस्तकं छापायेल शेतंस. भयान मस्त कविता शेतीस त्यास्न्या. त्यास्न येक कवितास्नं पुस्तक मन्हाजवळ शे."

त्या सगळा जवानस्पैकी येक जन त्या मानोसकडे दखीसन म्हने, "आशे? पन तो मानोस काय तशा मनमा भरत नही भो, आनि भयानच आबळायेल नी काय!"

दुसरा म्हने, "त्याना तोंडवर आजिबात नही तरतरी आनि त्यानी कितलं गबाळं ऱ्हावा? बाहेर पडानं येळे तरी जरासं नीट निंघाले पायजे का नही?"

तिसरा म्हने, "हट, कसामा काय आनि म्हने लेखक पहाय! माखीसुद्धा उडत नही त्याना तोंडवरली. इतलं गबाळं कशे काय ऱ्हाता येत व्हयी भो काही लोकस्ले? आनि त्याना डोकावर केस शेत का गवत शे? जरासं कंगवारी इचरी त्ये घेवा!"

चौथा म्हने, "आनि काही आजार बिजार त्ये नशे त्याले? त्याले खावाले मिळत व्हयी का नशेच! नुसता काडीपैलवान. आशा मानोस लेखक म्हनीसन मनमा नही भरात."

आथाना झाडखाल बशेल कवीले हायीच येळे येक मस्त कविता व्हयी ऱ्हायनी व्हती. तो मनचावळनागत बडबडीसन कविता म्हनाले लागना व्हता. त्यानी कवितावाचू त्याले काहीबी इकडलं तिकडलं आयकू इये ना. फक्त तो कवितामा बुडी जायेल व्हता.

लेखकले जवळथीन वळखे आनि ज्याले कलास्मझारलं थोडंबहुत कळे तो जवान बाकीनास्ले सांगी ऱ्हायंता, "दोस्तस्व, कलावंत हाऊ फगत कलावंत ऱ्हास. तो दिसस कशा, ऱ्हास कशा, काय खास, काय करस हायी लोकस्नी पाहू नही, फगत त्यानी कला पाव्हा..."

10

आयकाले येळ नही

सुखदेव भरकटेलनागत हायी पांदी नि ती पांदी भवडी ऱ्हायंता. तवढामा येक मानोस त्याले दिसना. सुखदेवनी त्याले हाक मारी. पन तो काही थांबेना. त्याना मांगे मांगे चालत सुखदेवनी त्याले आयकाडंच, "तुमले कनी मन्ही भयान वांगटी गोट सांगनी शे. थांबतंस का जरासं!"

तो मानोस येखांदा येडाकडे दखवा तशे दखीसन चालता- चालताच सुखदेवले म्हने, "येडपट शास का रे तू? तुन्ह आयकाले आठे माले सवड शे आशे तुले वाटस? तुन्ह आयकत बसनू त्ये मंग मन्हा कामं कोन करई? माले भयान काम शेतंस दादा. जाय कोनी दुसरा पहाय." आशे म्हनीसन तो मोऱ्हे पटापट चालालेबी लागना.

सुखदेवले दुसरा मानोस दिसना. सुखदेवनी त्यालेबी हाटकी पाह्य, "वो काका, मन्हं जरासं आयका ना. तवढंच मन्हं मन हालकं व्हयी जायी."

तो मानोस सुखदेवले तडकशी बोलना, "अय, करंटानागत कसाले डाच्च करी ऱ्हायना रे मन्हा मांगे? आशा कधळबी आडवा नको येत जाऊ. आजना याळ माले चांगला उगेल शे. तो नीट जाऊ दे भो. तू मांजरनागत आडवा जायीसन मजार इघनं काय आनू नको. आता जर मन्हा मांगे वना कनी त्ये येक ठीच दिसू तुले!"

हाऊ मानोसबी तोंड वळाईसन वाटमातीन गायब व्हयी गया. सुखदेवले तिसरा मानोस तथाइन वाटधरी दखायना.

तो मानोस सुखदेवतीन आखो भयानच वैतागेल व्हता. सुखदेवनागतच तो बी सुखदेवले भेटाले उतावळा दखायना. तो मानोस सुखदेवजोडे वना आनि सुखदेवले घाईमाच म्हनना, "तू मन्हा आंडोरनागत शास भाऊ. तू माले दखायना. आनि माले भयान आनंद जया. तुले मन्ही गोट सांगू का? आयकस का तू पोटथंडा?"

सुखदेवनी त्याना हात पटकशी झटकी दिधा आनि मांजर आडवं जायेलनागत त्यानंकडे आढ्या चढाई पाहयं. आनि तोंडातीन काहीच न बोलता त्यानं आयकनारा कोनी भेटंस का दुसरा, हायी पाव्हाकर्ता सुखदेव मोर्हे निंघी गया.

हाशी हायी गोट. या जगमा तुमले आयकी घेनारा मानुस सापडत नही. तुमले लोकस्नच आयकनं पडस कायम ध्यान दीसन.

૭૭

भाग दोन : मराठी भाषांतर

11

पोपट महाराज

एका जंगलात एक साधू रहात होता. तो दिवसभर जप तप करत असे. तप करता करता त्याला काही सुचलं, की तो मनचावळ करत मोठ्याने काहीतरी धार्मिक गितं म्हणायचा. सकाळी आणि संध्याकाळी तो मंत्र पठण करायचा.

जंगलात ज्या झाडाखाली साधू बसायचा, त्याच झाडावर एक पोपट राहत होता. साधूचे जप तप मंत्र तो ऐकत असे आणि साधूची तशीच नक्कल करत असे.

पोपट आपली नक्कल करतो, हे साधूच्या ध्यानात आलं होतं. तरीही आपली नक्कल म्हणून का असेना पोपट मंत्र म्हणतो, ध्यान करतो. एक रानातलं पाखरू मनुष्यासारखं वागतं. म्हणून साधूला मनातून आणखी आनंदच झाला होता.

एकदा पोपट उडत उडत दूर गेला. तिथं त्याला दांळींबांचा बाग दिसला.

पोपटने तिथं पोटभर दाळींब खाल्ले. आणि पोट भरताच त्याला साधूची आठवण आली. तो लगेच त्या बागेतच जोरजोराने म्हणायला लागला,

प्रणम्य शिरसा देवंम

गौरी पुत्रं विनायकम...

दाळींबच्या बागेतल्या सगळ्या पोपटांना, कोकीळांना, चिमण्यांना, कावळ्यांना म्हणजे सगळ्याच पाखरांना खूप नवल वाटलं. सगळे पाखरू त्या पोपटाभोवती गोळा झाले. प्रार्थना म्हणण्यासाठी पोपटाला राजी करायला लागले. मग पोपटानेही म्हणता येतील तसे आणि वडाचं पान पिंपळाला आणि पिंपळाचं पान वडाला लावत काही प्रार्थना म्हटल्या. जे शब्द त्याला म्हणता येत नव्हते तिथं दुसरेच काहीतरी शब्द घालून वेळ मारून नेली.

सगळ्या पाखरांनी पोपटाचं खूप कौतुक केलं. एका पाखरुने विचारलं, 'हे सगळं तू कुठं शिकलास?'

पोपट छाती फुगवून म्हणाला, 'मी बारा वर्ष तप केलं. मग देव मला प्रसन्न झाला. देवाने मला सगळं शिकवलं.'

पोपटाच्या रूपाने मोठ्या साधूचं दर्शन झालं म्हणून सगळी पाखरं खुश झाली होती. तेवढ्यात पोपट म्हणाला, 'आता देवाला भेटायची माझी वेळ झाली. मी येतो आता.'

'रोज बागेत येत जा', पाखरांनी पोपटाला विनंती केली. पोपटनेही बागेत रोज येण्याचं मान्य केलं.

दुसऱ्या दिवशी पोपट बागेत गेला, तेव्हा सगळी पाखरं त्याचीच वाट पहात होती. पोपटासाठी त्यांनी चांगले पेरू आणि डाळींब तयार ठेवले होते. पोपट फांदीवर येऊन बसताच, 'पोपट महाराज की जय' अशा घोषणा पाखरांनी दिल्या. लगेच पोपट महाराजने आपलं प्रवचन सुरू केलं,

"आपण भुकेले असतो तेव्हाच आपल्याला दुसऱ्याची भूक कशी असते ते कळतं. आपण कधी भुकेचे दिवस काढले नाही तर नाही कळणार. आपल्याकडे दुसऱ्यांना देण्यासाठी काहीच रहात नाही. आपण फक्त दुसऱ्यांकडून घ्यायचं. पण काय घ्यायचं? तर ज्ञान घ्यायचं..."

"... कोणी आपल्या वाटेवर काटे टाकले तर आपण त्यांच्या वाटेवर फुलं टाकायची. आपण कोणाची निंदा करू नये. आणि आपली कोणी निंदा केली तरी आपण त्याची निंदा करू नये. आपण चांगलं वागावं." प्रवचन करता करता पोपट फळंही खात होता. प्रवचन संपलं आणि आणखी सगळ्या पाखरांनी त्याचा जयजयकार केला.

पोपट आता पाखरांचा संत म्हणून जिकडे तिकडे उडायला लागला होता. पोपट रोज डाळींबच्या बागेत जायचा. प्रवचन करायचा. आणि आयती फळं खायचा.

पण एकदा काय झालं. या बागेमधल्याच एका पोपटाला ह्या पोपटाचा पहिल्यापासून संशय होता. त्याने पोपट महाराजवर पाळत ठेवली. एके दिवशी पोपट महाराजचं प्रवचन झालं आणि पोपट महाराज आपल्या जंगलात जायला उडाला. त्याच्या मागेमागे त्याची हवा काढत हा दुसरा पोपट उडत उडत गेला. पोपट महाराज आपल्या झाडावर उतरला. त्याच्या मागच्या झाडावर हा पोपट लपून बसला.

झाडाखाली साधू माणूस प्रार्थना म्हणायला लागला. त्याच्या मागे झाडावर बसलेला पोपट महाराज म्हणायला लागला. पोपट महाराजचा पत्ता शोधत त्याची हवा काढत मागून आलेल्या पोपटाने मागच्या झाडावरून हे सर्व पाहिलं.

असं ऐकता ऐकता- पाहता पाहताच दोन्ही पोपटांची नजरानजर झाली.

आणि पोपट महाराज गांगरून गेले. त्याची बोबडी वळायला लागली. पण लगेच या बनेल पोपट महाराजने तसं अजिबात भासू दिलं नाही. तो त्या पोपटाला म्हणाला, ''या पोपटराव या, इकडं कुठं आला होतात?''

''वाट चुकून आलो महाराज. आणि ते जाऊ द्या. हा साधू कोण आहे झाडाखाली?''

''साधू? साधू नाही तो. तो माणूस माझा चेला आहे. त्याला मी दीक्षा दिली आहे. फक्त एका महिण्यात तो कसा माझ्यासारखा मंत्र म्हणायला लागला पहा. तुमच्या सारखाच हा माणूस मला या रानात भेटला. माझी वाणी ऐकून हा माणूस मला शरण आला. मी त्याला माझा शिष्य बनवलं.''

पोपट महाराजने हे सगळं साधूच्या तोंडावर सांगितलं तरी साधू काही बोलत नाही, म्हणून जंगलातल्या पोपटाला हे खरं वाटलं.

दुसऱ्या दिवशी डाळींबच्या बागेत पोपट महाराजने, दीक्षा दिलेला नीच माणूस कसा सुधरला यावरच प्रवचन केलं.

पोपट महाराज फक्त आपल्या पाखरांचाच संत नाहीत, तर माणसांनी सुद्धा त्यांना गुरू केलेलं आहे, हे खुद्द पोपट महाराजांच्या तोंडून ऐकून सगळे पाखरू नवल करायला लागले. पोपट महाराजांचं मोठंपण त्यांचा चेला जो माणूस आहे, त्याच्या तोंडाने ऐकू असं पाखरांनी ठरवलं. पोपट महाराजने ह्या गोष्टीला विरोध करून पाहिला. पण आता ही गोष्ट खूप पुढं निघून गेली होती. पोपट महाराजला आता मागं वळणंही शक्य नव्हतं. आणि पोपट महाराजांचं गप्प बसणं म्हणजे त्यांची परवानगीच असं पाखरांनी समजून घेतलं. सगळी पाखरं त्या झाडाकडे उडत गेली.

रानातली सगळी पाखरं साधूच्या समोर उडत येऊन बसली. पोपट महाराज घाबरून पाखरांमध्येच कोपऱ्यात बसला. पाखरांना त्याचा हा नम्रपणा वाटला. म्हणून बाकीच्या पाखरांनी त्याला बळजबरी साधूजवळ बसवलं. आता काय होईल ते होवो, असं म्हणून पोपट महाराज घाबरून गेले. पण आता पळूनही जाता येणार नव्हतं. आता जे होईल ते, असं म्हणून तो गुपचूप बसून राहिला.

एवढ्यात तप करणाऱ्या साधूने डोळे उघडले. इतक्या पाखरांना समोर बसलेलं पाहून साधू म्हणाला, ''अरे व्वा. पाखरांमध्ये इतकी शिस्त. तुम्ही माझ्यासमोर बसलात म्हणून मला खूप आनंद झाला. सांगा, काय सेवा करू तुमची?''

एक पाखरू म्हणालं, ''आमच्या पोपट महाराजांचे तुम्ही शिष्य. पोपट महाराजांची दीक्षा घेऊन तुम्ही ज्ञानी झालात. तुम्ही खरंच आता मोठे साधू झालात. पोपट महाराजांचं साधूपण तुमच्या ध्यानात कसं आलं? ते आता तुम्ही

आम्हाला सांगा. तसंच पोपट महाराजांचं अजून काही सत्व, देवपण तुम्ही आम्हाला सांगा. त्यासाठीच आम्ही इथं जमलोत."

साधू थोडा वेळ गप्प बसला. त्याने डोळे लावले. उघडले. पोपटाचा खोटारडापणा त्याच्या लक्षात आला. नक्की काय झालं असेल हे त्याच्या लक्षात आलं. साधू हसला आणि मग बोलला, "पाखरांनो तुमच्या आदरभावामुळं मला आनंद झाला. पण आजपर्यंत मी खोटं बोललेलो नाही. आणि म्हणून याच्या पुढंही बोलणार नाही. पहिली गोष्ट म्हणजे, माझा कोणी गुरू नाही. तुम्ही ज्याला पोपट महाराज म्हणतात तो माझा गुरु तर नाहीच पण शिष्यही नाही. त्याने माझी नक्कल केली. पण ती नक्कल चांगली असेल म्हणून मी त्याला काही बोललो नाही. त्याला नक्कल करताना अडवलं नाही. पण म्हणून त्याने तुमची दिशाभूल करावी, स्वतःला साधू म्हणवून घ्यावं, ही गोष्ट वाईट आहे."

पाखरांमध्ये गलका सुरु झाला. पोपटाला वाटलं आपलं पितळ उघडं पडलं म्हणून हा गलका आपल्या विरूद्‌ध असेल. पण काही पाखरांना साधू खरा वाटला तरी पाखरांचं बहुमत साधू विरूध्द गेलं. पोपट महाराजांच्या विरुद्‌ध बोलला म्हणून साधूला पाखरांच्या मोठ्या झुंडीने टोचून टोचून तिथल्यातिथं मारून टाकलं. आनि नक्कल करणारा पोपट आणखी मोठा लोकप्रिय साधू होऊन बसला.

तात्पर्य : पोपटासारखा चुटूचुटू बोलणारा मनुष्य गावात असो की देशात; लोकांत लोकप्रिय होऊन जातो. आणि खऱ्या ज्ञानी माणसाला इथं कोणीच विचारत नाही.

12

जिथे नाही एकता

लांडगा रानावनात एकटा फिरत असताना त्याला एक वस्ती दिसली. वस्ती पाहून तो घाबरला आणि पुन्हा रानात पळण्याच्या विचारात असतानाच त्याला कसला तरी आवाज आला. त्याने थोडे थांबून नीट कानोसा घेतला.

तो भांडणाचा आवाज होता. त्या गावातले दोन कोल्हे एकमेकांसोबत जोरजोरात भांडत होते.

लांडग्याने नीट चाहूल घेतली. आणि भांडण ऐकून त्याला खूप आनंद झाला. लांडगा कपटाने हळूच गावात शिरला. जिथं भांडण होत होतं, तिथं गेला.

दोन्ही कोल्ह्यांमध्ये पडून त्याने ते भांडण सोडवलं. दोघांना एकमेकांपासून दूर केलं. दोघांना ज्याच्या त्याच्या घरी नेऊन त्यांना समजावलं. दोन्ही कोल्ह्यांना हा लांडगाच आपला खरा मित्र, असं वाटायला लागला. त्यांच्यापैकी एकाने दुसऱ्या दिवशी त्याला घरी जेवायलाही बोलावलं.

मग लांडग्याने कपटानेच त्याच गावात आपलं बस्तान बसवलं. सगळ्यांसोबत चावळून बोलून आपलं स्वत:चं घर केलं. ज्या त्या कोल्ह्याचा तो सोबती होऊन गेला. पण दोन कोल्ह्यांना त्याने एकमेकांचे मित्र होऊ दिलं नाही. एक कोल्ह्याला तो दुसरा कोल्ह्याचं वाईट-साईट सांगायचा. सगळ्या कोल्ह्यांमध्ये त्याने एकमेकांविरुध्द विष पेरून दिलं. मनं कलूषित करून टाकली.

प्रत्येकाच्या तोंडावर लांडगा गोड गोड बोलायचा म्हणून कोल्हे फसले. सगळे कोल्हे लांडग्याला मान द्यायला लागले. आणि एकमेकांच्या अंगावर शत्रूसारखे तुटून पडायला लागले.

लांडगा हा सर्व कोल्ह्यांमध्ये मनमिळावू म्हणून वाजायला गाजायला लागला. नावाजला गेला. त्याला कोल्ह्यांमध्ये विशेष मान मिळायला लागला. पण

एकमेकांशी विचार विनिमय न केल्याने कोल्ह्यांमधली दरी वाढत चालली होती.

गावचं पुढारीपण हळूहळू लांडग्याकडे आलं. गाव कोल्ह्यांचं, पण गावाचा पुढारी झाला लांडगा. गावातल्या सगळ्या घडामोडी लांगड्याशिवाय होत नव्हत्या. कोल्ह्यांचं पान लांडग्याशिवाय हलत नव्हतं.

काही काळानंतर आता तो लांडगा कोल्ह्यांवर मनमानी राज्य करू लागला. हे एकाच्या लक्षात आले, दुसऱ्याच्या आले, तिसऱ्याच्या आले... कोल्ह्यांना आता त्यांची चूक कळूनही काहीच करता येत नव्हतं. वेळ निघून गेली होती. सगळं गाव कोल्ह्यांचं असूनही राजा मात्र लांडगा होऊन बसला होता.

ही गोष्ट काय सांगते आपल्याला? कोणत्याही उपऱ्याचा सल्ला न घेता आपलं गाव, आपले सोबती, आपले शेजारी पाजारी यांची संगत सोडू नये.

13

घरात येईल ते आपलं

एका गावात एक शेतकरी जोडपं रहात होतं. त्यांनी शेतात गहू पेरला. खूप मस्त पीक उगवून आलं होतं. शेतात एकसारखं आणि हिरवंगार पीक वाढत होतं.

असं तरारून आलेलं पीक पाहून बायको नवऱ्याला म्हणाली, "किती मस्त पीक आहे ना. पिवळंधम्मक. खंडीभर गहू नक्कीच होईल आपल्याला."

नवरा म्हणाला, "आज दिसतं. ते उद्या दिसेलच असं नाही. आगोदरच असा हिशोब करणं चांगलं नाही. वावरातलं पीक जेव्हा घरात येईल तेव्हाच आपलं म्हणावं."

पीक तरारून आलं. गव्हाला हिरव्यागार उंब्या आल्या. ते पाहून बायको नवऱ्याला म्हणाली, "आता तरी माझं म्हणणं पटलं की नाही? खंडीभर गहू नक्कीच होईल आपल्याला."

नवरा म्हणाला, "आपण फक्त काम करत रहायचं. जे पिकेल ते येईल. हिशोब करू नये."

गहू तांबूस झाला. पक्का झाला. कापणीला आला. तेव्हा बायको पुन्हा म्हणाली, "आता तरी तुम्ही नक्कीच कबूल कराल. हा गहू आपण पिकवला तो खंडीभर नक्कीच होईल."

नवरा म्हणाला, "तो किती होईल ती खूप दूरची गोष्ट आहे. पण जोपर्यंत हे धान्य आपल्या घरात येऊन पडत नाही, तोपर्यंत ते आपलं आहे, असं म्हणता येणार नाही."

गव्हाची कापणी झाली. पेंढ्या बांधल्या गेल्या. बैलगाडीवरून त्या पेंढ्या गावातल्या खळ्यात वाहून आणल्या. गव्हावर बैलांची पाथ धरली. बायको म्हणाली,

"आता तर हा गहू आपलाच."

नवरा म्हणाला, "उतावळा आंबा पिकवू नको. अजून गहू उपणायचा आहे."

गहू उपणला गेला. खळ्यात गव्हाची रास लागली. आता पोत्यांमध्ये भरून तो घरी घेऊन जाण्याचाच उशीर होता. तेवढ्यात बायको सवयीने म्हणालीच,

"आता तरी ह्या गव्हाला आपलं म्हणाल की नाही? आता सगळं काही झालं. फक्त बैलगाडीत भरून घरी घेऊन जाण्याचंच बाकी आहे. मग आता हा गहू आपलाच नाही तर मग कोणाचा?"

नवरा हळूच म्हणाला, "आपल्या घरात हा गहू जोपर्यंत जाऊन पडत नाही तोपर्यंत आपलं आपलं असं करू नये. उतावळा आंबा पिकवू नये."

तेवढ्यात खूप जोराचं वावधन सुटलं. सोसायय्याचा वारा सुटला. आणि कुठून इतके ढग जमून आले कळलंच नाही. ढगांचा गडगडाट सुरु झाला आणि लगेच मुसळधार पाऊसही कोसळायला सुरूवात झाली. नवरा बायकोला काय करावं, हे सुचण्याच्या आधीच सगळा गहू पाण्यात प्रवाहात वाहून गेला.

नवरा बायकोला म्हणाला, "पाहीलं ना? स्वप्न कधी पाहू नये. घरात येईल त्यालाच आपलं म्हणावं!"

৩

14

कटिंग करून आल्यावर

छबूने खंडूकडून एकदा एक हजार रुपये उसने घेतले होते. पण ज्या दिवशी त्याने ते परत करायचा वादा केला होता त्या दिवशी त्याने ते परत केले नाहीत. खंडूने त्याच्याजवळ अनेकदा पैसे मागितले पण छबू काही देत नव्हता.

खंडू छबूच्या घरी खूपदा जाऊन आला. पण छबू आज देईल, उद्या देईल असं सांगत चाल ढकल करत होता. त्यानंतर तर छबू खंडूला चुकांड्या मारू लागला. खंडू दिसला की लपून बसायचा. छबूची बायको खंडूला सांगायची, 'ते गावाला गेले आहेत.' खंडूला काय करावं ते सुचेना. तरीही तो कायम छबूच्या मागावर असायचा.

एक दिवस छबू कटिंग करण्यासाठी न्हाव्याच्या दुकानात चालला होता. इतक्यात खंडूने त्याला गल्लीत बरोबर गाठलं. आडवाच झाला. म्हणाला, माझे पैसे आताच्या आता दे.'

छबू म्हणाला, 'आता तर माझ्याजवळ पैसे नाहीत.'

'मग मी काय करू? माझे पैसे मला हवेत. आणि तेही आताच्या आता.'

'मी आता कटिंग करायला चाललो. कटिंग करून आलो की मग तुझ्या पैशांची काहीतरी व्यवस्था करतो.'

'तू मला कायम फसवत आलास. आज मी फसणार नाही. तेव्हा पैसे घ्यायला बरं वाटलं तुला. आता परत करायच्या वेळी जीवावर आलं.'

'अरे पण कटिंग तर करून येऊ दे मला.'

'ते मला काहीही सांगू नको. अगोदर माझे पैसे ठेव.'

खंडू आणि छबूचं भांडण पाहण्यासाठी रस्त्यात खूप गर्दी झाली होती. काही लोक मध्ये पडले. 'काय झालं?' त्यांना विचारायला लागले. खंडूने आपली बाजू

मांडली. लोक म्हणाले, 'बरोबर आहे.'

मग छबूने त्याची बाजू मांडली. लोक म्हणाले, 'बरोबर आहे.'

पुढे छबू पुन्हा म्हणाला, 'मी खंडू कडून पैसे घेतले हे खरं आहे. मी वेळेवर दिले नाहीत हेसुध्दा मान्य आहे. पण मी आता त्याला केव्हापासून सांगून थकून गेलो की, मी आता कटिंग करून येतो आणि तुझे पैसे देतो. पण तो अजिबात ऐकत नाही.' लोकांना हे पण पटलं. लोक खंडूला म्हणाले, 'काय रे भाऊ, तो म्हणतो ना कटींग करून आलो की मग पैसे देतो. मग तू काबरं एवढं लाऊन धरलं?'

खंडू म्हणाला, 'असं तोंडी नाही चालणार. मला त्याने तसं लिहून द्यायला हवं. आणि साक्षीदार म्हणून तुमच्या सह्याही पाहिजेत.'

छबूने आणि जमलेल्या लोकांनी हे मान्य केलं. कोणीतरी कागद आणला. छबूने त्या कागदावर लिहिलं: 'मी कटींग करून आलो की लगेच खंडूचे पैसे देतो.' खाली सही केली. जमलेल्या लोकांतून तीन- चार लोकांनी साक्षीदार म्हणून त्या कागदावर सह्या केल्या. तो कागद खंडू जवळ दिला. खंडूने तो वाचला. कागद खिशात घालत खंडू छबूला म्हणाला, 'जा आता लवकर कटिंग करून ये.'

लगेच छबू म्हणाला, 'तू कोण बाजीराव मला कटिंग करायला जा असं सांगणारा. आता मला वाटेल तेव्हा मी कटिंग करायला जाईल. मी जेव्हा कटिंग करून घरी येईल तेव्हा मी तुला तुझे पैसे देईल. तसं मी आता तुला लिहून दिलं ना कागदावर!'

आणि छबू कटींगच्या दुकानात न जाता परत त्याच्या घराकडे निघून गेला. खंडू आणि जमलेले लोक तोंडात बोटं घालत त्याच्याकडे पाहतच राहिले.

15

दहा पोळ्या

महादबा आणि तात्याबा नावाचे दोन मित्र होते. ते कायम एकमेकांसोबत असायचे. भांडायचे, वाद घालायचे तरीही त्यांना एकमेकांशिवाय अजिबात करमत नव्हते. ते दोन्ही मित्र होते तरी दोन्हीही थोडेफार स्वार्थी होते. ते अधून मधून दोघंही लांब लांब सहल काढायचे. फिरायला जायचे.

एके दिवशी त्यांनी अशीच अचानक सहल ठरवली. महादबाने घरी येऊन कशातरी तीन पोळ्या एका फडक्यात बांधून घेतल्या. आणि तो तात्याबाकडे आला. तात्याबा त्याचीच वाट पाहत होता. रस्त्याने चालताना महादबाने तात्याबाला विचारलं, 'जेवायला काय घेतलं?' तात्याबा म्हणाला, 'सात पोळ्या आणि चटणी'

'मी तर तीनच पोळ्या घेतल्या' महादबा.

तात्याबा म्हणाला, 'काही काळजी करू नकोस. तुझ्या तीन आणि माझ्या सात अशा दहा पोळ्या दोघांना खूप होतील.'

चालता चालता दोघं खूप दूर आले. एका डोंगराजवळ येताच त्यांना एक नदी दिसली. हे ठिकाण खूप सुंदर होतं. दोन्ही मित्रांना निसर्गाचं ठिकाण आवडायचं. चालून चालून दोघं जण थकले होते. त्यांना खूप भूकही लागली होती. त्यांनी तिथंच जेवण करायचं ठरवलं.

नदीत हात- पाय धुऊन ते झाडाखाली जेवायला बसले. इतक्यात महादबाचं लक्ष दुसऱ्या झाडाखाली बसलेल्या एका माणसाकडे गेलं. आणि महादबा म्हणाला, 'चला हो जेवायला.'

तो प्रवासी म्हणाला, 'घ्या देवाचं नाव.'

तात्याबा म्हणाले, 'नाही हो. खरंच या. चला ना. असं काय करता? आम्ही प्रवासी. तुम्ही प्रवासी. चला, नाही म्हणू नका.'

असा खूप आग्रह केल्यामुळे तो मनुष्यही जेवायला आला.

महादबाने विचारलं, 'आपलं नाव काय?'

ती व्यक्ती म्हणाली, 'दादोबा.'

लगेच महादबा म्हणाला, 'व्वा. तात्याबा, महादबा आणि तुम्ही दादोबा. जमले सर्व बा-बा-बा'

तात्याबाला प्रश्न पडला. तो मोठ्यानेच म्हणाला, 'पोळ्या दहा आणि खाणारे तीन. वाटा पाडायचा कसा?'

लगेच दादोबा म्हणाला, 'कशाला वाटा पाडता हो. मला दोन पोळ्या द्या आणि चार चार तुम्ही खा.'

तात्याबा म्हणाला, 'तसं नाही. प्रत्येकाच्या वाट्याला पोळ्या सारख्याच आल्या पाहिजेत.'

तेवढ्यात महादबाला युक्ती सुचली. 'प्रत्येक पोळीचे तीन भाग करायचे. म्हणजे दहा पोळ्यांचे होतील तीस भाग. आणि प्रत्येकाच्या वाट्याला येतील दहा भाग. कशी वाटली युक्ती?'

दादोबा म्हणाला, 'अरे वा. खूप हुशार आहात तुम्ही.'

तात्याबा म्हणाला, 'अहो आमच्या गावातील भानगडींवर तोड शोधण्यासाठी आमच्या गावातील पाटीलसुद्धा महादबाची मदत घेतात.'

दहा पोळ्यांचे तीन तीन भाग करून प्रत्येकाला दहा भाग वाटून जेवण सुरू झालं. जेवण झाल्यावर दादोबाने खिशातून शंभर रुपयाच्या नोटा काढून महादबाला दिल्या.

'जेवण केल्याबद्दल शंभर रुपये देता का?' महादबा म्हणाला.

'जेवण केल्याबद्दल नाही हो. असू द्या. नाही म्हणू नका.'

नाही हो करता करता महादबा पैसे ठेवून घेतो. दादोबा दोघांचा निरोप घेऊन निघून गेले. महादबा त्या शंभरातील तीस रूपये तात्याबाला देत म्हणतो, 'शंभर रुपयांपैकी मी सत्तर रुपये घेतो आणि तू हे तीस घे.'

तात्याबा म्हणाला, 'दादोबाने आपल्याला हे पैसे भेट म्हणून दिले आहेत. त्यामुळे मला त्यातून निम्मे म्हणजे पन्नास रुपये मिळायला पाहिजेत.'

'तात्याबा असं वेड्यासारखं काही बोलू नको. माझ्या सात पोळ्या होत्या म्हणून मी सत्तर रुपये घेतो. तुझ्या तीन पोळ्या होत्या म्हणून तू तीस रुपये घे.'

'ते मला काही माहीत नाही. मला पन्नास रुपये दे. नाहीतर शेजारच्या गावातील पाटलाकडे चल. ते सांगतील तसं आपण करू.' तात्याबाने पाटलाकडे जायची सूचना मान्य केली.

शेजारच्या गावातील पाटलाने दोघांच्या बाजू नीट ऐकून घेतल्या. सर्व हकीकत समजल्यावर दोघांना शांत करत पाटील म्हणाले, 'तुमच्या तीन व यांच्या सात अशा पोळ्या झाल्या दहा. त्यांचे तुम्ही भाग केले तीन- तीन. सर्व भाग झाले तीस. बरोबर की नाही?'

महादबा- तात्याबा एकदम दोघेही म्हणाले, 'बरोबर आहे.'

मग पाटील महादबाला म्हणाले, 'तुमच्या किती पोळ्या होत्या?

महादबा : तीन.

पाटील : यांच्या किती होत्या?

महादबा : सात.

पाटील : तीन पोळ्यांचे तीन याप्रमाणे किती भाग झाले?

महादबा : नऊ.

पाटील : सात पोळ्यांचे तीन याप्रमाणे किती भाग झाले?

महादबा : एकवीस

पाटील : महादबा आणि दादोबा यांनी किती तुकडे खाल्ले?

तात्याबा : वीस

पाटील : खाली किती उरले?

महादबा : एक

पाटील : तुम्ही किती खाल्ले?

महादबा : दहा

पाटील : तुमच्या तीन पोळ्यांचे किती तुकडे झाले?

महादबा : नऊ

पाटील : मग एक भाग तुम्हाला कुठून मिळाला?

महादबा : तात्याबाकडून.

पाटील : दादोबाने दहा भाग खाल्ले म्हणून त्यांनी तात्याबाला शंभर रुपये दिले. आणि तुम्ही तुमच्या पोळ्यांचे नऊ भाग खाऊन पुन्हा एक भाग तात्याबांच्या पोळीतून घेतला, म्हणून तुम्हाला दहा रुपये तात्याबाला द्यावे लागतील.

महादबा लगेच जागेतून उठून म्हणाला, 'बरं मला तीस रुपये दिले तरी चालतील.'

तात्याबा : मला आधी दहा रुपये दे.

महादबा : ते दहा रुपयेसुध्दा तुलाच राहू दे.

पाटील म्हणाले, 'माझ्यासमोर तात्याबाला दहा रूपये द्या. तेव्हाच तुम्हाला इथून बाहेर पडता येईल.' महादबाने गुपचूप दहा रुपये खिशातून काढले आणि तात्याबाला दिले.

आपल्या हातून पुन्हा असा अविचार होणार नाही याची महादबाने पक्की कानाला खडी लावली. तेव्हाच आपण तीस रुपये ठेवून घेतले असते तर आपली नाचक्की झाली नसती. ते तीसन रुपये तर गेलेच आणि वरून आता दहा रुपयेही द्यावे लागले. आपली हावच आपल्याला बदनाम करते, असं म्हणून महादबा एक नवीन धडा शिकला.

16

व्यंगावर बोट ठेऊ नये

सावंत सर शाळेत आले आणि त्यांना काय लहर आली माहीत नाही. त्यांनी लगेच एक गोष्ट सांगायला सुरुवात केली...

"...एकदा काही मुलं तलावात पोहायला गेले होते. आणि त्या मुलांमध्ये त्यांचा एक लंगडा मित्र एकटाच तलावाच्या काठी बसून तलावात पोहणाऱ्या मित्रांची गंमत पहात होता. तेवढ्यात वरून आकाशातून शंकर- पार्वती चालले होते. त्यांनी खाली पाहीलं. पार्वती शंकरला म्हणाली, "अहो देवा, त्या बिचाऱ्याला तुम्ही लंगडं करून ठेवलंय. म्हणून तो गुपचूप तलावाच्या काठावर बसला. त्याला मित्रांसोबत पोहण्याची मजा घेता येत नाही. त्याला चांगलं करा ना!"

ते ऐकून शंकर पार्वतीला म्हणाला, "त्याला मी लंगडं केलेलं आहे, तेच बरोबर आहे. तुला पहायचेत का त्याचे गुण? मी त्याला चांगलं करतो. मग दिसतील त्याचे गुण तुला."

शंकराने त्या लंगड्या मुलाला चांगलं केलं. लंगड्याच्या लक्षात आलं, की आपण आता पायाने चांगले झालो.

मग त्याने तलावात उडी घेतली. आणि तो त्याच्या सर्व मित्रांना पाण्यात बुडवायला लागला. कोणाला नीट पोहू देत नव्हता. शंकर पार्वतीला म्हणाला, "पाहिलंस ना तू? तो लंगडा कसा आगावू आहे. म्हणून मी त्याला लंगडं करून ठेवलं होतं."

आणि शंकरने मग त्याला पुन्हा लंगडं करून टाकलं. मग तो बिचारा मुलगा पुन्हा तलावाच्या काठावर गुपचूप बसला.

ही गोष्ट सावंत सर राजूकडे पाहून मुद्दाम सांगत होते. का, तर त्या वर्गात राजू पायांनी अपंग होता. सावंत सर गोष्ट सांगत होते तेव्हा सगळी मुलं राजूकडे

पहात होती. राजूने खाली मान घातली होती. काही मुलं हसत होते, तर काहींना राजूसारखंच वाईट वाटलं. राजू मनातल्यामनात विचार करत होता.

आपण तर सावंत सरांना काही वाईट बोललो नाही. त्यांची टिंगल टवाळी केली नाही. काही आगाऊपणा केला नाही. आपलं काही चुकलं नाही. तरीही हे सर आपल्याला आडवं धरून काबरं अशी गोष्ट सांगताहेत? आपल्याकडून काही चुकलं नाही तरीसुद्धा सावंत सरांनी अशी गोष्ट सांगून आपला अपमान करणं त्यांना शोभतं का? माझं काही चुकलं असेल तर सरांनी मला छड्या द्यायला हव्या होत्या. पण हे काय सुरु केलं सरांनी? राजू खूप विचार करून करुन थकून गेला. त्याचं कशातच लक्ष लागत नव्हतं. अभ्यासात लक्ष लागत नव्हतं. बरं, तसं पाहीलं तर सावंत सरसुद्धा अपंग आहेत. एका डोळ्याने ते तिरळे आहेत- केरचे आहेत. तरीसुद्धा आपुल्याला आडवं धरून सरांनी अशी गोष्ट सांगावी, याचं राजूला नवल वाटत होतं.

शाळा सुटली तरी राजू नाराजच होता, त्याने रात्री नीट जेवणही केलं नाही.

रात्री झोपण्याच्या वेळीही तो विचारच करत होता. आणि त्याला शेवटी काहीतरी सुचलं. सावंत सरांनाही धडा शिकवायचाच असं त्याने पक्क ठरवलं.

दुसऱ्या दिवशीही सावंत सरांचा तास होता. सावंत सर वर्गात आले. तेवढ्यात राजू जागेवर उभा राहीला, म्हणाला,

"सर."

सावंत सर म्हणाले, "काय?"

राजू मुद्दाम म्हणाला, "सर, मी तर इकडे उभा आहे. तुम्ही तिकडे कुठं पहात आहात?"

सगळी मुलं तोंड दाबून मोठमोठ्याने हसायला लागली. तेवढ्यात सावंत सर म्हणाले, "बोल ना लवकर. काय म्हणायचं आहे तुला?"

राजू : "हं दिसलो का सर मी तुम्हाला? मला वाटलं तुम्ही तिकडेच पहात आहात!"

वर्गातली मुलं अजून हसायला लागली. राजू पुढे म्हणाला,

"सर, काल तुम्ही जी गोष्ट सांगितली, ती मला खूप आवडली. मग मी घरी जाऊन शंकर पार्वतीची प्रार्थना केली. ते दोन्ही जण लगेच मला भेटायला आले. शंकर मला म्हणाले, "तुला काय मागायचं असेल ते माग."

"मग मी शंकराला म्हणालो, मी आगाऊ असल्यामुळे तू मला अपंग केलं, हे तुझं बरोबर असलं तरी आमच्या सावंत सरांना तू काबरं एका डोळ्याने तिरळं केलं ते सांग?" वर्गातली सर्व मुलं हे ऐकून खो- खो हसायला लागली.

तितक्यात राजू पुढे बोलला, “सर, मग मला शंकर म्हणाले, आता तू विचारतोस म्हणून मी तुला सांगतो. सावंत सरांची कोणाकडे पहायची नजर चांगली नाही, म्हणून मी त्याला केरचं केलं. असं शंकर देवाने मला सांगितलं सर. आणि शंकर- पार्वती लगेच निघून गेलेत.”

राजू असं बोलून लगेच खाली बसला. काही मुलं खिदीखिदी हसत होते तर काही सुन्न झाले होते. सावंत सरांची चांगलीच जीरली होती. काल गोष्ट सांगण्याआधी आपण नीट विचार केला असता तर असं झालं नसतं, असं सावंत सरांना वाटलं असावं. राजूच्या व्यंगावर मी बोट ठेवला, पण तेव्हाच आपल्या तिरळं असण्याचं व्यंग आपण विसरून गेलो होतो. ते आपण विसरायला नको होतं. म्हणजे आज असं झालं नसतं. आणि राजूलाही वाईट वाटलं नसतं. असा विचार सावंत सरांच्या मनात येण्यावाचून राहीला नसेल, असं राजूला वाटलं.

राजूने सावंत सरांच्या गोष्टीचा सूड उगवला होता खरा. पण तरीही सावंत सरांना आपण इतकं दुखवायला नको होतं, असंही त्याला वाटू लागलं.

तसा नीट विचार केला तर आपण सगळेच वेगवेगळ्या प्रकारचे अपंग असतो. कोणी हाताने, कोणी पायाने, कोणी डोळ्याने, कोणी कानाने, कोणी वाचेने, कोणी दिसण्याने, कोणी बुद्धीने तर कोणी परिस्थितीने. पण आपण स्वतःला “पूर्ण” समजून बाकीच्यांना कमी लेखतो. उणे- दुणे, उखाळ्या- पाखाळ्या काढतो. दुसऱ्यांच्या व्यंगावर बोट ठेवत हसतो. ही गोष्ट आपल्या माणूसपणाला शोभा देत नाही.

17

एका डोळ्याची गोष्ट

ज्याचा एक डोळा आंधळा होता, अशा माणसाकडून काही तरी चुकी झाली. त्याच्या शेजारी राहणारा माणूस संतापला. जो संतापला तो शेजारचा माणूस देवध्यानी होता. रोज तो देवपूजा करायचा. म्हणून त्याला वाटायचं, जसा काही देव आपला सालदारच आहे. तो जरी सारखी देवाची पूजा करत असे तरीही तो माणसाशी काही चांगला वागत नव्हता.

देवाचा भक्त म्हणून आपण इतर लोकांशी वाईटच वागायला पाहिजे, असा त्याचा समज होता की काय, समजायला मार्ग नाही. बोलायलाही तो खूप फाटक्या तोंडाचा होता.

शेजारच्या अंध माणसाकडून काहीतरी चुकलं म्हणून सगळ्या गल्लीला ऐकू जाईल अशा चढ्या आवाज करत तो देवध्यानी माणूस बोलला,

"म्हणतात ते काही खोटं नाही म्हना. तू असा आहेस म्हणूनच तुला देवाने एक डोळ्याने आंधळं करुन ठेवलं. चांगला गुणाचा असतास ना, तर देवाने तुला आंधळं केलं नसतं. तुझी नियत चांगली नाही. हा तुझा हलकटपणा पाहूनच देवाने तुला आंधळं केलं."

हे ऐकून आजुबाजूचे लोक आणि पोरं सोरं मोठमोठ्याने दात काढायला लागले. हसायला लागले. गल्लीतल्या बायाही तोंडाला पदर लाऊन हसायला लागल्या. मोठ्या धाट्या माणसांनाही हे ऐकून मनातून गुदगुल्या झाल्या.

गल्लीत हा विनोद आता दोन- तीन दिवस सहज पुरणार होता. हे ऐकून एक डोळ्याच्या माणसाचा चेहरा पडला.

एक डोळा अंध असलेल्या माणसाला काय बोलावं आणि काय बोलू नये असं झालं. शिव्या द्याव्यात की गयावया करुन रडावं, त्याला समजत नव्हतं. तो

तसाच गुपचूप घरात निघून गेला.

भांडणाच्या वेळी गल्लीत राजूही उभा होता. सगळे हसले तरी तो हसला नव्हता. राजू देवपूजा करणाऱ्या शेजारच्या माणसाला शांतपणे म्हणाला,

"काका, तुम्ही असं नाही बोलायला हवं होतं. आज तुमचे डोळे चांगले आहेत. हात पाय चांगले आहेत. पण उद्याचं कोणाला माहिती? असं व्यंगावरून बोलणं चांगलं नाही काका. ज्यांना एकच डोळा आहे त्यांनी कोणावर रागच काढू नये का? त्यांनी कायम आपल्यापुढे भिकारीसारखं लाचार असावं, असं तुम्हाला वाटतं का? त्यांच्या एका डोळ्यामुळे दोन डोळ्यांइतकं त्यांना कदाचित समतोल दिसत नसेल. एक डोळ्यामुळे ते एकांगी विचार करत असतील, तर त्यांना आपण समजून घ्यायला हवं ना. वागवून घ्यायला हवं."

देवपूजा करणाऱ्या माणसाला काय बोलावं ते सुचत नव्हतं. राजूला रागवावं का त्याच्याशी गोडीत बोलावं, ते समजत नव्हतं. देवपूजा करणाऱ्या माणसाला फक्त उपदेश करायला आवडायचं. उपदेश ऐकायला त्याचे कान अजिबात तयार नव्हते. तो घरात निघून गेला आणि आपल्या घरातल्या कोपऱ्यात कोरड्या डोळ्यांनी रडत बसला.

18

एक हसे दुसऱ्याला

एका गावातील चावडीजवळ एक अंध माणूस येऊन बसला. त्याला त्याच्या डोळ्याने दिसत नव्हतं. म्हणून तो आजूबाजूच्या घटनांचा कानांनी कानोसा घेत होता. तेवढ्यात तिथं एक बोबडा माणूस आला. त्याने आंधळ्याच्या कावऱ्या बावऱ्या होण्याच्या हालचाली पाहिल्या. आणि त्याला हसू आलं.

तितक्यात त्या चावडीजवळ एक बहिरा सुध्दा आला. बोबड्याच्या चेहऱ्यावर हसू पाहून बहिऱ्याने त्याला विचारलं, "काय झालं?"

बोबड्याचे बोबडे शब्द आणि बहिरा प्रत्येक शब्दांमागे 'काय?' 'काय?' असं विचारीत असल्याने ते ऐकून आंधळ्यालाही हसू आलं.

तोपर्यंत एक पायाने अपंग मनुष्य चावडीजवळ आला. आणि कोणाचातरी धक्का लागून तो खाली जमिनीवर धबकन पडला. तो पडला ते पाहून सर्वजण हसायला लागले. आंधळ्याला काय झालं ते नीट समजलं नाही. म्हणून त्याने बोबड्याला विचारलं. बोबड्याने त्याला ते हसत हसतच सांगितलं. ते ऐकून आंधळाही हसायला लागला. बोबड्याची आणि आंधळ्याची झालेली मैत्री पाहून बाकीचे दोन्हीही हसायला लागले.

अशी ही गोष्ट. ह्या गोष्टीमधून आपल्याला काय कळलं? आपल्यात काय कमी आहे हे आपण तपासून पहात नाही. तरीही आपण कायम दुसऱ्याला हसत राहतो.

19

वरून वेडपट

एक माणूस एका झाडाखाली एकटाच बसलेला होता. तिथून थोड्या अंतरावर दुसऱ्या झाडाखाली काही तरुणांचं टोळकं बसलेलं होतं.

त्यांच्यामधील एका तरूणाचं लक्ष दुसऱ्या झाडाखाली बसलेल्या एकट्या माणसाकडे गेलं. हा मनुष्य त्या तरुणाला दूरून पाहून ऐकून माहीत होता.

तो तरूण बाकीच्या तरूणांना म्हणाला, "त्या झाडाखाली बसलेली व्यक्ती पाहिली का, ते खूप मोठे लेखक आहेत बर का. त्यांची खूप पुस्तकं प्रकाशित आहेत. त्यांचा एक कवितासंग्रह माझ्याजवळ आहे."

बाकीच्यांमधून एक जण त्या माणसाकडे पाहून म्हणाला, "असं? पण तो माणूस मनात ठसत नाही रे, आणि खूपच किरकोळ दिसतो तो."

दुसरा म्हणाला, "त्याच्या तोंडावर तेजी नाही आणि त्याचे किती गबाळं रहावं? त्याचे कपडे पाहिले का? साधी इस्तरी सुद्धा केलेली नाही कपड्यांना!"

तिसरा म्हणाला, "हट, कशाचा लेखक आणि कशाचं काय! त्याचं तोंड पाहीलं का? माशी सुद्धा उडत नाही तोंडावरची. डोक्याचा भांग सुध्दा पाडता येत नसेल बहुतेक त्याला. त्याच्या डोक्याचे केस किती विस्कटलेले दिसतात बघ. जसं गवतच दिसतं त्याचं डोकं."

चौथा म्हणाला, "आणि काही आजार तर नसेल त्याला? त्याला खायला प्यायला मिळत असेल की नाही. जसा काडीपैलवानच. असा माणूस लेखक म्हणून मनात भरत नाही."

इकडे झाडाखाली बसलेल्या कवीला एक मस्त कविता होत होती. तो

मनचावळ करत कविता म्हणत होता. त्याच्या कवितेशिवाय त्याला दुसरं काहीही ऐकू येत नव्हतं.

लेखकाला थोडेफार ओळखणारा आणि ज्याला कलेतले थोडेफार ज्ञात होते तो तरुण बाकीच्या मित्रांना समजाऊन सांगत होता, ''मित्रांनो, कलावंत हा फक्त एक कलावंत असतो. तो दिसतो कसा, राहतो कसा, जगतो कसा, असतो कसा, काय खातो, काय करतो हे पाहू नये. फक्त त्याची कला पहावी.''

20
ऐकायला वेळ नाही

सुखदेव भरकटल्यासारखा ही पांदी आणि ती पांदी फिरत होता. तेवढ्यात एक माणूस त्याला समोरून येताना दिसला. सुखदेवने त्याला हाक मारली. पण तो काही थांबेना. त्याच्या मागे मागे चालत सुखदेव त्याला म्हणाला, "तुम्हाला माझ्याडच्या खूप वाईट गोष्टी सांगायच्या आहेत. थांबता का जरा! ऐकता का?"

त्या रस्त्याने जाणाऱ्या मनुष्याने एखाद्या वेड्याकडे पहावं तसं पहात चालता-चालताच सुखदेवला म्हणाला, "वेडपट आहेस का तू? तुझं ऐकायला इथं मला वेळ आहे असं वाटतं का तुला? तुझं ऐकत बसलो तर मग माझी कामं कोण करील? मला खूप काम आहेत दादा. जा कोणी दुसरा भेटतो का पहा." असं म्हणून तो सुखदेवला टाळत पुढे पटापट चालायलाही लागला.

सुखदेवला दुसरा मनुष्य दिसला. सुखदेवने त्यालाही हटकलं, "ओ काका, माझं जरासं ऐकाल का. तेवढंच माझं मन हलकं होईल."

तो मनुष्य सुखदेवला तडकन बोलला, "अय, करंट्यासारखा कशाला ओरडतोस रे माझ्या मागं? असा केव्हाही आडवा येत जाऊ नको. आजचा दिवस माझ्यासाठी चांगला उगवला आहे. तो असाच चांगला राहू दे. तू मांजरासारखा मध्ये येऊन मध्ये विघ्न आणू नको. आता जर तू माझ्या मागं आलास ना तर मी तुला एक ठेऊनच देईल!"

हा माणूस सुध्दा तोंड वळवून वाटेवरून गायब होऊन गेला. सुखदेवला आता तिसरा मनुष्य तिकडून येताना दिसला.

तो मनुष्य सुखदेवपेक्षा जास्त वैतागलेला दिसत होता. सुखदेवसारखाच तो ही सुखदेवला भेटायला उतावळा दिसला. तो मनुष्य सुखदेवजवळ आला आणि सुखदेवला घाईतच म्हणाला, "तू माझ्या मुलासारखा आहेस भाऊ. तू मला दिसला

आणि मला खूप आनंद झाला. तुला माझी गोष्ट सांगायची आहे. सांगू का? ऐकशील ना पोरा?"

सुखदेवने लगेच त्याचे हात झटकून दिले आणि मांजर आडवं गेलं की काय अशा पध्दतीने त्याच्याकडे कपाळाला आठ्या पाडून पाहू लागला. आणि आपलं ऐकणारा कोणी भेटतो का कुठं, ह्याची इकडं तिकडं चाहूल घेत सुखदेव पुढे निघून गेला.

अशी ही गोष्ट. या जगात तुम्हाला ऐकून घेणारा मनुष्य सापडत नाही. तुम्हाला लोकांचंच ऐकून घ्यावं लागेल. कायम.

डॉ. सुधीर राजाराम देवरे यांचा अल्प परिचय

विद्यावाचस्पति - एम. ए. पीएच. डी.

भाषा, कला, लोकजीवन आणि लोकवाड्.मय यांचे अभ्यासक.

साहित्यिक, समीक्षक, संशोधक, संपादक.

अहिराणी भाषा संशोधक, अहिराणी लोकसंचितावर लेखन.

'ढोल' आणि 'संपृक्त लिखाण' या नियतकालिकांचे संपादक.

सदस्य, महाराष्ट्र राज्य लोकसाहित्य समिती.

महाराष्ट्र शासनाचा नरहर कुरुंदकर भाषा पुरस्कार.

नाव : डॉ. सुधीर राजाराम देवरे

जन्म तारीख : २९ एप्रिल १९६३

शिक्षण : विद्यावाचस्पति - एम. ए. पीएच. डी. (मराठी, पुणे विद्यापीठ, १९९८)

पत्ता : डॉ. सुधीर रा. देवरे

टेलिफोन कॉलनी, पाठक मैदानाच्या पूर्वेला,

सटाणा - ४२३३०१ जि. नाशिक, महाराष्ट्र

भ्रमणध्वनी: ७५८८६१८८५७

Email : drsudhirdeore२९@gmail.com

ग्रंथ लेखन :

1. डंख व्यालेलं अवकाश, मराठी कविता संग्रह, व्दितीय आवृत्ती, नोशन प्रेस प्रकाशन, चेन्नई, २७ जून २०२१ (पहिली आवृत्ती, जानेवारी १९९९, लाखे प्रकाशन, नागपूर.)
2. आदिम तालनं संगीत, अहिराणी कविता संग्रह, व्दितीय आवृत्ती, नोशन प्रेस प्रकाशन, चेन्नई, २७ जून २०२१. (पहिली आवृत्ती: भाषा प्रकाशन, बडोदा. जुलै २०००, तुका म्हणे पुरस्कार, २०००)
3. कला आणि संस्कृती : एक समन्वय, संदर्भ ग्रंथ, जुलै २००३, शब्दालय प्रकाशन, श्रीरामपूर. मुंबई येथील लोकमान्य सेवा संघाचा मा. सी. पैंढारकर पुरस्कार, २००२- २००३
4. पंख गळून गेले तरी, आत्मकथन, २ आक्टोबर २००७, शब्दालय प्रकाशन, श्रीरामपूर. स्मिता पाटील पुरस्कार.
5. अहिराणी लोकपरंपरा, संदर्भ ग्रंथ -संकीर्ण, ३ डिसेंबर २०११, ग्रंथाली प्रकाशन, मुंबई.
6. अहिराणीच्या निमित्ताने : भाषा, ८ एप्रिल २०१४, पद्‍मगंधा प्रकाशन, पुणे. महाराष्ट्र शासनाचा नरहर कुरुंदकर भाषा पुरस्कार.
7. अहिराणी लोकसंस्कृती, संदर्भ ग्रंथ, ८ एप्रिल २०१४, पद्‍मगंधा प्रकाशन, पुणे.
8. अहिराणी गोत, अहिराणी दर्शन, ७ मार्च २०१४, पद्‍मगंधा प्रकाशन, पुणे.
9. अहिराणी वट्टा, अहिराणी कथा, ७ मार्च २०१४, पद्‍मगंधा प्रकाशन, पुणे.
10. माणूस जेव्हा देव होतो, चरित्र, व्दितीय आवृत्ती, नोशन प्रेस प्रकाशन, चेन्नई, २७ जून २०२१. (पहिली आवृत्ती: ४ जानेवारी २०१४, अहिरानी नाद प्रकाशन, सटाणा.)
11. सहज उडत राहिलो, आत्मकथन, १ ऑक्टोबर २०१६, ग्रंथाली प्रकाशन, मुंबई.
12. सांस्कृतिक भारत, राज्यनिहाय लेख, १५ डिसेंबर २०१७, मेनका प्रकाशन, पुणे.
13. माणसं मरायची रांग, कथासंग्रह, १ जानेवारी २०१९, विजय प्रकाशन, नागपूर.
14. मी गोष्टीत मावत नाही, कादंबरी, २५ फेब्रुवारी २०१९, पद्‍मगंधा प्रकाशन, पुणे.
15. टिंब, कादंबरी, १५ ऑगष्ट २०१९, सहित प्रकाशन, गोवा.
16. आस्वाद : भावलेल्या कवितांचा, समीक्षा, मार्च २०२०, वर्णमुद्रा प्रकाशन, शेगाव.
17. ब्लॉगच्या जाळ्यातून जग, लेखसंग्रह, २५ सप्टेंबर २०२०, दिलीपराज

प्रकाशन, पुणे.

18. Melodies with a Primitive Rhythm, Translation in English by Rajeev Kulkarni, 7 April २०२१, Notion Xpress Publication, Chennai.
19. आदिम तालाचं संगीत, मराठी भाषांतर, स्वत:, १० एप्रिल २०२१, नोशन प्रेस पब्लिकेशन, चेन्नई.
20. सोन्याची शाळा, कादंबरी, नोव्हेंबर २०२१, लोकवाड्.मय प्रकाशन, मुंबई.
21. भारतीय भाषांचे लोकसर्वेक्षण, महाराष्ट्र, १७ ऑगष्ट २०१३, पद्मगंधा प्रकाशन, पुणे. यात प्रत्यक्ष सहभाग आणि पृष्ठ क्रमांक ६८ ते ८१ वरील अहिराणी भाषा वरील दीर्घ लेख.

आणि इतर आगामी.

Blog link : sudhirdeore29.blogspot.com/

.

संपादित ग्रंथांत योगदानः

- खानदेशचा सांस्कृतिक इतिहास (खंड-३) : संपादक : डॉ. मु. ब. शहा, का. स. वाणी मराठी प्रगत अध्ययन संस्था, धुळे, जानेवारी-२००४, लेख:अहिराणी भाषा : उत्पत्ती आणि इतिहास.
- जनस्थानः नाशिक येथील ७८ वे अ.भा. मराठी साहित्य संमेलन स्मरणिका,संपादक मंडळात सहभाग (जानेवारी २००५), लेख : अहिराणी भाषक लोकजीवन व लोकपरंपरा.
- लोकजीवन आणि लोकसंस्कृती : संपादक : डॉ. द. ता. भोसले, महाराष्ट्र राज्य साहित्य आणि संस्कृती मंडळ, मुंबई, प्रकाशन वर्ष २००५), लेखः आदिम जीवन आणि लोकसंस्कृती : एक अनुबंध.
- लोकायन : संपादक : डॉ. रमेश वरखेडे (लोकायन, लोककला साहित्य संमेलन, स्मरणिका, नाशिक, वर्ष : १९९५), लेख : घुमरेः अहिराणी भाषक आदिवासी.
- पीपल्स लिंग्विस्टिक सर्व्हे ऑफ इंडियाः संपादकः डॉ, गणेश देवी, (पुणे, पद्मगंधा प्रकाशन, पुणे, वर्षः २०१३) लेखः अहिराणी भाषा.

आगामीः १. सृजनसंवाद (द. ग. गोडसे यांची पत्रे) संपादित

२. फूल आणि फुलपाखरू (नाटक)

३. उंदरांचा संसार (नाटक)

४. मला माहीत नाही (नाटक)

५. मर्मभेद (लेखसंग्रह)

पुरस्कार :

- तुका म्हणे पुरस्कार, बुलडाणा (वर्ष २०००)
- लोकमान्य सेवा संघाचा गुरूवर्य मा. सी. पैंढारकर पुरस्कार, मुंबई (वर्ष २००२-२००३)
- महाराष्ट्र शासनाचा गुणवंत पुरस्कार (वर्ष २००८)
- उत्तर महाराष्ट्रातील सांहित्यिकांसाठी असणारा कानुश्री पुरस्कार, धुळे (वर्ष २०००)
- स्मिता पाटील पुरस्कार , शिरपूर (वर्ष २००७)
- Nasio (नॅसिओ) या संस्थेचा राष्ट्रीय पुरस्कार, (वर्ष २०१५)
- २०१५ चा महाराष्ट्र राज्य शासन उत्कृष्ट वाङ्.मय निर्मितीचा नरहर कुरुंदकर भाषा पुरस्कार. (वर्ष २०१५)

चर्चासत्रः केंद्रीय साहित्य अकादमी दिल्ली या संस्थेच्या वतीने राष्ट्रीय पातळीवरील चर्चासत्रात सहभागः

१. कलकत्ताः मिडनापूर - लोकसाहित्यावर निबंध सादर. (मार्च १९९८)

२. बडोदाः छोटा उदयपूर - लोकसंस्कृतीवर निबंध सादर. (ऑक्टोबर १९९७)

३. बडोदा : महाराजा सयाजीराव विद्यापीठात अहिराणीवर निबंध सादर. नोव्हेंबर १९९९)

४. भोपाळ : राष्ट्रीय मानव संग्रलयातील आंतरराष्ट्रीय कृतीसत्र- टापऱ्या गव्हाऱ्याची कला सादरीकरण. (बंधारपाडा ता.बागलाण येथील आदिवासी कलाकार, १९ ते २४ जानेवारी २०००)

५. दिल्ली : अहिराणी का भविष्यकाल - लोक अधिकार परिषद,
अध्यक्ष : महाश्वेता देवी दिनांक १०-१२-२००१.